பேராற்றலின்

பிறப்பிடம்

(பிரபஞ்ச வாயிலை திறக்கும் சாவி
உங்களிடமே உள்ளது)

விஜயலட்சுமி செங்கோட்டையன்

முன்னுரை

உங்களுக்குள் ஒளிந்து கிடக்கும் அந்த மகா இரகசியம்; உங்களை மூடி இருக்கும் போர்வையை சற்று நீக்கி பாருங்கள்; உங்களுக்குள் ஒளிந்து கிடக்கும் அந்த மகா இரகசியம் புலப்படும். பிரபஞ்ச சக்தியோடு உங்களை ஒன்றிணைக்கும்.

'சிறந்த எதிர்பார்ப்புடன் உங்களின் ஆழ்மனதை துடிப்புடன் வையுங்கள்; பிரபஞ்ச சக்தி அதனோடு தொடர்பு கொள்ளக் காத்திருக்கின்றது'

— என்று ஜோசப் மார்பி கூறுகின்றார். ஆழ்மனதின் மூலமாக இயற்க்கையை எவ்வாறு நமக்கு சாதகமாக்கிக் கொள்வது, என்பது பற்றிய அற்புதமான புத்தகம் தான் இது. ஏதேன் தோட்டத்திலிருந்து ஆதாமும் ஏவாலும் வெளியேற்றப்பட்ட நிகழ்விலிருந்து, ஆதாமும் ஏவாலும் தங்களுடைய கேட்கும் திறனை இழந்து விட்டார்களாம். அதாவது இயற்கையில் குரலுக்குச் செவிமடுக்கும் சக்தியை இழந்துவிட்டார்களாம்.

'ஆதாமே நீ எங்கே இருக்கிறாய் ?'

'ஏவாலே நீ எங்கே இருக்கிறாய் ?'

— என்று பலவாறாக இறைவன் கூப்பாடு போட்டு கத்தியும் கூட, நிர்வாணத்தினை மறைப்பதற்காக புதரில் இருவரும் ஒளிந்து கொண்டார்களாம். அறிவுக் கனியை புசித்த

அவர்கள், ஞானம் பெற்றவர்களாக தம்மை மெச்சிக் கொண்டு, இறைவனின் அழைப்பைக் கூட பொருட்படுத்த மறுத்தார்களாம். ஏதேன் தோட்டத்திலிருந்து வெளியேறியவுடன், ஆதாமும் ஏவாலும் நாளடைவில், தங்களின் கேட்கும் திறன் இழந்து விட்டார்களாம். ஆனால், இன்னமும் இறைவன் அழைத்து கொண்டுதான் இருக்கின்றார். ஆதாம் ஏவாலின் வாரிசுகளான நம்மைப் போன்றவர்களை இன்னமும் இறைவன் அழைத்துகொண்டு தான் இருக்கின்றார். அதாவது இறைவன் எனப்படுபவர், **நம்முடைய பிரபஞ்சம் தான்.** இறைவன் பிரபஞ்சத்தின் ரூபமாக நின்று கொண்டு, நம்மை இன்னமும் அழைத்து கொண்டு தான் இருக்கின்றார். **'ஆதாமே என் சொல் பேச்சு கேள்; ஏவாலே என்னைக் கவனி'** என்று சலைக்காமல் அனுதினமும் கூப்பாடு போட்டுக் கத்திக் கொண்டுதான் இருக்கின்றார். ஆனால், நமக்குத்தான் அந்த பிரபஞ்சத்தின் ஓசை கேட்பதில்லை. ஏனெனில், நவீன உலகின் இரைச்சல்களுக்கு மத்தியில், ஆழமனதின் ஓசைக்கு நாம் செவிமடுக்கத் தவறிவிட்டோம். ஆகவே, பிரபஞ்சத்தின் அற்புதமான சக்தியை எவ்வாறு புரிந்துகொள்வது ?! அதனை எவ்வாறு தங்களுக்கு சாதகமாக பயன்படுத்திக் கொள்வது ?! என்பது பற்றி இப்புத்தகத்தில் விரிவாக அலசப்பட்டுள்ளது. சராசரி மனிதர்களான நமக்கு பிரஞ்சத்தின் ஓசையை, வெற்றுக் காதுகளால் கேட்க முடிவதில்லை. காரணம் அஞ்ஞான காதுகளால் பிரபஞ்சத்தின்

ஓசையை கேட்க முடியாது. நம்முடைய அஞ்ஞான காதுகளை அடைத்துக் கொண்டு, மனதின் காதுகளை திறந்து வைப்போமேயானால், நிச்சயமாக பிரபஞ்சத்தின் ஓசையை கேட்க முடியும். மனதின் காதுகள் என நாம் கூறுவது, **ஆழ்மனதினைப் பற்றியது தான்.** ஆழ்மனதின் உதவியைக் கொண்டு, பிரபஞ்சத்தின் ஓசையைக் காது கொடுத்து கேட்போமேயானால், இப் பிரபஞ்ச இரகசியம் புலனாகத் தொடங்கும்.

இப் புத்தகத்தின் உள்ளடக்கம் யாதெனில்,

1. உங்களுக்குள் மறைந்து வாழும் ஓர் மகா இரகசியம் (ஈர்ப்பு விதி)

2. உங்களால் சக மனிதர்களை ஈர்க்க முடியும்.

3. அளவில்லா மகிழ்ச்சியை ஈர்க்க உங்களால் முடியும்.

4. நீங்கள் விரும்பினால் செல்வந்தர் ஆகலாம்.

5. நீங்கள் ஆழமாக ரசித்தால் போதும் எதையும் உங்களால் ஈர்க்க முடியும்.

6. உங்கள் தேவை என்னவென்று தெரிந்து கொள்ள வேண்டுமா?

7. உங்கள் ஆசைகள் நிறைவேறாமல் போகிறதா?

8. உங்களுக்கு எது தேவையோ அதுவாக வாழுங்கள்.

9. சூழ்நிலையை உங்களுக்கு சாதகமாக மாற்ற உங்கள் ஆழ் மனதால் முடியும்.

10. உங்கள் கற்பனைகளின் சக்தி.

11. உங்கள் ஆன்மாவே உங்களின் கடவுள்.

12. எண்ணங்களை அழகுப்படுத்தி வாழ்க்கையை மகிழ்ச்சியோடு வாழ.

13. ஈர்ப்பு விதியும் அதிர்வு விதியும்.

14. அதிர்வு விதியும் உங்கள் முழு வாழ்வும்.

— போன்ற பதினான்கு தலைப்புகளின் கீழ் பிரஞ்ச ரகசியம் குறித்தும், ஆழ்மனதின் அபாரமான சக்திகள் குறித்தும் நீங்கள் கற்றுக் கொள்ள போகிறார்கள். இன்றைய காலம் வரையிலுங்கூட உங்களுக்குள் பிபஞ்சத்தின் நம்பிக்கை இல்லாமல் கூட இருந்திருக்கலாம். ஆனால், பிரபஞ்சத்தின் வாசல் உங்களுக்காக திறந்து கொண்டி ருக்கின்றது. அறிவின் காதுகளை ஒதுக்கி வைத்துவிட்டு, என்னோடு வாருங்கள் இப்பிரபஞ்சத்தின் இரகசியத்தை காண்போம், அற்புதங்கள் நிறைந்த ஆழ்மனதின் ஊடாக பயணம் செய்து...!

ஆசிரியர் குறிப்பு

வாழ்க்கை கல்வி பயிற்சியாரும், மனநல பயிற்சியாளரும், ஈர்ப்பு விதி பயிற்சி யாளாருமான **'விஜயலட்சுமி செங்கோட்டையன்'** அவர்கள் கடந்த 5 வருட காலமாக தமிழகத்தின் மிகச்சிறந்த ஆளுமையாக திகழ்ந்து வருகிறார். அவர் தனது சொந்த வாழ்க்கையை சுயமுன்னேற்ற பாதையில் கொண்டு சேர்த்த பிரபஞ்ச ஆற்றலைக் குறித்து, பல்வேறு தளங்களில் உரையாற்றி வருகின்றார். அது குறித்த ஆய்வுகளும் மேற்கொண்டு வருகின்றார்.

தனிப்பட்ட வாழ்வில் அவர் உய்தறிந்த ஈர்ப்பு விதியின் இரகசியங்களைக் குறித்து, இப்புத்தகத்தில் தொகுத்திருக்கின்றார். கடந்த நான்கு ஆண்டுகளாக, வாழ்க்கை

பயிற்சியாளராகவும் மனநல சிகிச்சை யாளராகவும் இரண்டாயிரத்துக்கும் மேற்பட்ட மாணவ மாணவிகள் அவரிடம் பயிற்சியையும் சிகிச்சையையும் அடைந்து நலன் பெற்றிருக்கின்றனர். உலகெங்கிலுமிருந்து சுமார் 17 நாடுகளைச் சார்ந்த ஆயிரத்திற்கும் மேற்பட்ட நபர்கள், இவரின் சிகிச்சை மற்றும் அறிவுறுத்தல்களின் பெயரில் நலமும் வளமும் பெற்றுள்ளனர். ஆழ்மனதை குறித்தும் அதனை எவ்வாறு பயன்படுத்தி, வாழ்வின் எல்லாச் செல்வங்களையும் அடைவது என்பது குறித்த தனது ஆய்வுகளைத் தொகுத்து **'பேராற்றலின் பிறப்பிடம்'** என்ற இப்புத்தகத்தின் வழியாக வெளியிட்டிருக்கின்றார். பிரபஞ்ச ஈர்ப்பு விதியை சாதகமாக பயன்படுத்திக் கொண்டு, உங்கள் வாழ்வில் உங்களுக்கு தேவையானவற்றை எவ்வாறு அடையலாம் என்பது பற்றியும், ஈர்ப்பு விதியை பயன்படுத்தி வாழ்வில் வெற்றியை காண்பது எப்படி, என்பதை குறித்தும், இப்புத்தகத்தில் மிகமிக ஆழமாக சொல்லப்ப் படிருக்கின்றது. 'யாம் பெற்ற இன்பம் இவ்வையகமும் பெறட்டும்' என்கிற நல்லெண்ணத்தின் பெயரில், உலக மக்கள் யாவரும் நலம் பெற வேண்டுமென இப்புத்தகத்தினை வெளியிட்டிருக்கின்றார்.

**'உங்களுக்கு ஒன்று தேவைப்பட்டால்,
அதன்மீது ஏக்கம் கொள்ள வேண்டாம்; மாறாக
அதனை காதல் செய்யுங்கள்.....!'**

— விஜயலட்சுமி
செங்கோட்டையன்

பொருளடக்கம்

1 - மறைந்திருக்கும் மகா இரகசியம்

என்றாவது ஓர்நாள் நீங்கள் இவ்வாறு சிந்தித்து பார்த்தது உண்டா ?!

'இந்த பூமி எல்லா உயிரினங்களையும் பாகு பாடு இல்லாமல் அரவணைத்துக் கொண்டு இருக்கிறது.

நீ பணக்காரன்
நீ ஏழை
நீ கெட்டவன்
நீ நல்லவன்'

— என்ற எந்த பாகுபாடும் இல்லாமல் ஒட்ட வைத்துக் கொண்டு உள்ளது. அதேபோல மனிதர்களை மட்டும் அல்லாமல் இந்த பூமி எல்லா உயிரினங்களையுமே பாகுபாடு இல்லாமல் சுமந்து கொண்டு உள்ளது. இந்த குறிப்பிட்ட சூத்திரம் தான் புவி ஈர்ப்பு விதி என்று அழைக்கிறார்கள். இதே போல தான் மனிதர்களுக்கு இடையேவும் ஒரு சூத்திரம் இயங்குகின்றது. அது தான் ஈர்ப்பு விதி;

ஆங்கிலத்தில் **The Law Of Attraction** என்றழைக்கப்படும்.

வயதில் பெரியவர்களும் இன்றைய கால நடிகர்களும் மேடையில் ஏறி நின்று அதிகம் கூறும் ஒரு வாசகம், '**எண்ணம் போல் வாழ்க்கை என்பது**'. இந்த வாசகத்தை சரியாக புரிந்து கொண்டால் வாழ்க்கையில் மகிழ்ச்சி மட்டுமே நிரந்தரமாகும். எண்ணம் எவ்வளவோ அவ்வளவு தான் வாழ்வும். விளக்கமாக சொல்ல வேண்டுமென்றால். உங்கள் மனதில் அதிகமாக கோபம், வெறுப்பு, வன்மம், கவலை இதுபோன்ற உணர்வுகளை நீங்கள் வளர்த்து வந்தால் உங்கள் வாழ்வில் நடக்கும் அத்தனை நிகழ்வுகளும் இத்தகைய உணர்வையே தூண்டி விடும்.

நீங்கள் எதை செய்தாலும், நீங்கள் யாரிடம் பேசினாலும் அது பிரச்சினையில் தான் கொண்டு சென்று விட்டுவிடும். ஆகவே காரணம் எதுவாக இருந்தாலும் சிரித்து கொண்டே இருப்பதும், வாழ்வில் சிறு சிறு இன்பத்தை கணக்கில் எடுத்துக்கொண்டு கொண்டாடும் உள்ளங்களையும் நீங்கள் உங்கள் வாழ்வில் பார்த்திருப்பீர்கள். அவர்கள் கவலை தரும் சம்பவங்களுக்கு முக்கியத்துவம் கொடுப்பதில்லை. ஆதலால் அவர்கள் வாழ்வில் இந்த ஈர்ப்பு விதி இன்பம் சார்ந்த நிகழ்வுகளை மட்டுமே ஏற்படுத்தி கொடுத்திருக்கின்றது. இதைத் தான் எண்ணம் போல் வாழ்க்கை அமையும் என்று கூறுகிறார்கள்.

1.உங்களுக்குள் மறைந்து வாழும் ஓர் மகா இரகசியம்.

மனிதர்கள் எப்போதும் ஒரு பாதுகாப்பான பழக்கப்பட்ட இடத்திலேயே வாழ நினைக்கிறார்கள். அதாவது, ஒருவகையான பாதுகாப்பு ணர்வுடனேயே வாழ விரும்புகிறார்கள். சராசரி மனிதன் ஒருவனுக்கு பாதுகாப்பாற்ற சூழலுக்குள் நுழைவதென்பது கடினமான செயல். கூடவே அச்சமும் பதற்றமும் தொற்றிக் கொள்கின்றது. இந்த பழக்கப்பட்ட சக மனிதர்கள், பழக்கப்பட்ட யதார்த்தமான சூழல் இவற்றைவிட்டு வெளியே சென்று வாழ ஒரு சராசரி மனிதனுக்கு துணிவு தேவைப்படுகின்றது. இந்த ஒரு நொடி துணிவே மனிதனை வெற்று பாதைக்கு இழுத்து செல்கிறது. இந்த துணிவே ஈர்ப்பு விதியில் விரைந்து பாய்கிறது என்று நாம் சொல்கின்றோம்.

ஈர்ப்பு விதி என்றால் என்ன?

இந்த ஈர்ப்பு விதி என்பது ஒரு சூத்திரம் அல்ல என்பதை புரிந்து கொள்ளுங்கள். '**ஈர்ப்பு விதி**' என்னும் இந்த சூத்திரத்தின் உள்ளே உட்பிரிவுகளாக, மேலும் ஐந்து சூத்திரங்கள் அடங்கியுள்ளன. அவை யாவை என்பதை முதலில் நீங்கள் தெரிந்து கொள்வது நல்லது. உங்கள் வாழ்வின் தேவைகள் யாவையும் உங்களாலேயே ஈர்த்து கொடுத்து பயனடைய

முடியும். அவைகளாவன, 1. சிந்தனையின் விதி, 2. எண்ணங்களின் விதி, 3. அதிர்வு விதி, 4. மாற்றத்தின் விதி, 5. நம்பிக்கையின் விதி.

1. சிந்தனையின் விதி

முதலில் **சிந்தனை என்றால் என்ன ?** உங்களுக்கு ஒரு நிமிடம் காலம் கொடுக்கிறேன். நீங்கள் முடிவு செய்யுங்கள் சிந்தனை என்றால் என்னவென்று...
...முடிவு செய்திருப்பீர்கள் என்று நம்புகிறேன்..

'குறிக்கோள்கள் அற்ற எண்ணங்களின் ஓட்டமே சிந்தனை ஆகும்'. உதாரணமாக, சாலையில் நீங்கள் நடந்து செல்கிறீர்கள். ஒரு வீட்டை பார்க்கிறீர்கள் வித்தியாசமாக இருக்கிறதே என்று நினைக்கிறீர்கள். தொடர்ந்து நடந்து செல்கிறீர்கள், ஒரு குழந்தை விளையாடுவதை பார்க்குறீர்கள் உடனே உங்களுக்குள் நீங்கள் சிறு வயதில் விளையாடிய நினைவு வருகின்றது. அதை நினைத்துக் கொண்டே நடந்து செல்கிறீர்கள். வீட்டில் என்ன சமையல் என்று நினைக்கிறீர்கள், நேற்று என்ன திரைப்படம் பார்த்தோம் ?! என்று நினைத்து பார்க்கிறீர்கள், ஆக இதெல்லாம் என்ன தன்மையில் இருக்கிறதென்று யோசித்து பாருங்கள். எவ்வளவு யோசித்தாலும் அதன் பதில் எதுவுமே இல்லை என்பது தான். ஒரு வீட்டை பார்த்தீர்கள் பின் குழந்தையை பார்த்தீர்கள்; பின் சிறு வயது பற்றி யோசித்தீர்கள். ஆனால் நீங்கள் யோசித்து கொண்டுதானே

இருந்தீர்கள். வெறும் சிந்தனையோட்டம் மட்டுமே இங்கு நிகழ்ந்தது. எந்த எண்ணத்திற்கும் முக்கியத்துவம் கொடுத்து, எதையாவது நோக்கமாக கொண்டு எந்த செயலையும் செய்யவில்லையே. வெறுமனே ஒரு பார்வையாளனைப் போலத்தானே இருந்தீர்கள். ஆக, இது தான் சிந்தனை. சிந்தனை என்பது செயல் வடிவம் பெறும் வரையில், அது வெறும் எண்டங்களின் கூட்டாக மாத்திரமே நிறைந்திருக்கும்.

சிந்தனை என்னும் எண்ண ஓட்டத்தை பொறுத்த வரை, சிந்தனை என்பது ஓடிக்கொண்டே தான் இருக்கும். இதற்கு ஓய்வென்பதே கிடையாது, என்பது தான் உண்மை. ஆனால், ஈர்ப்பு விதியை பொறுத்த மட்டில், ஒரு நிலையான குறிக்கோள் இருக்கின்றது. சிந்தனை என்னும் எண்ண ஓட்டத்தில் குறிக்கோள்கள் எதுவுமில்லை. எனவே ஈர்ப்பு விதிக்கு குறிக்கோள் தேவைப்படுவதால் நாம் நமது எண்ண ஓட்டத்தில் இருந்து ஒரு குறிப்பிட்ட துல்லியமான குறிக்கோளை உருவாக்க உந்தப் படுகின்றோம். வெறுமனே குறிக்கோள்கள் அற்ற வெற்றுச் சிந்தனையினால், எந்த பலனும் இருப்பதில்லை. மாறாக, அதீத சிந்தனையினால் சிந்திக்கும் நபரே அழிந்துவிடும் அபாயமும் இருக்கின்றது.

இரமண மகரிஷி அவர்கள் சொன்ன கதையைக் கூட இதற்கு உதாரணமாகச் சொல்லலாம்.

பாலைவனத்தில் நடந்து சென்ற ஒருவனுக்கு, கர்பகத்தரு ஒன்று கண்ணில் படுகின்றது. அந்த கற்பக விருட்ச மரத்தடியில் நின்றுகொண்டு, என்ன வேண்டும் என்று நினைத்தாலும் அது உடனே நடக்கும், எது வேண்டும் என்று கேட்டாலும் அது உடனே கிடைக்கும். அவ்வாறான அந்த கற்பகத்தருவினை கண்டுவிட்ட அவன், அதனிடம் சென்று தனக்கு வேண்டுமென்கிற வரமொன்றைக் கேட்டான். அதாவது, நெடுந்தூரம் பாலைவனத்தில் நடந்து வந்ததினால் தாகம் தாங்க முடியாத அவன், தண்ணீர் வேண்டுமென கேட்டான். அடுத்த கணமே, பாலைவனத்திற்கு நடுவே பெரிய நீரூற்று உருவாகியிற்று. தாகம் தீர தண்ணீர் குடித்துவிட்ட அவனுக்கு, அபரிவிதமான பசி உண்டாயிற்று. ஆகையால், விதவிதமான உணவுப் பதாற்றதங்களை வேண்டிக் கேட்டான். உடனே, உலகிலுள்ள பிரபலமான ஹோட்டலொன்று பாலைவனத்தின் நடுவே தோன்ற ஆரம்பித்தது. உணவு உண்டு பசி தீர்த்த அவனுக்கு, கற்பகத்தருவினை அடைய வேண்டுமென்கிற ஆசை உருவாகிற்று. எதுகேட்டாலும் உடனே தருகின்ற கற்பகத்தருவாக நாமே மாறிப்போனால், எப்படியிருக்கும் என யூகித்தான். அதன்படியே கற்பகத்தருவிடம் வரமும் பெற்றுக் கொண்டு வீடு திரும்பினான்.

தற்போது அவன் எதை நினைத்தாலும், அது உடனே அவனுக்கு கிடைத்தது; உடனே

நடந்தது. ஆகவே, அவன் எண்ணங்களெல்லாம் செயலாக மாறாமலேயே, அதிசயங்கள் போல உடனுக்குடன் நடந்தேறின. ஒருவேளை, நாம் இந்த கற்பகத் தருவினை அடைந்ததைப் போல,வேறு எவராவது அடைந்துவிட்டால் என்ன செய்வது ? நம்மை கொன்றுவிட்டு அந்த சக்திநை முழுமையாக அவரே அடைந்துவிட்டால் என்ன செய்வது ? என சிந்திக்கத் தொடங்கினானாம். அந்த சிந்தனை உடனே செயல் வடிவம் பெற்றது. திடீரென அங்கு தோன்றிய கள்வன் ஒருவனால், கொல்லப்பட்டு கற்பகத் தருவின் சக்தியினை இழந்தானாம்.

— இவ்வாறாக இரமண மகரிஷி ஒரு வேடிக்கையான கதையினைச் சொல்வார். வெற்றுச் சிந்தனை எவ்வளவு ஆபத்து நிறைந்தது என்று உங்களுக்கு புரிந்திருக்கலாம்.

2. எண்ணங்களின் விதி

முன்பு நாம் சிந்தனையை பற்றி பார்த்திருந்தோம். கடல் அலையை போல் ஓயாமலும், மலையில் இருந்து விழும் அருவியை போலும் சிந்தனைகள் ஓடிக்கொண்டே தான் இருக்கும். ஆனால் எண்ணம் என்பது அவ்வாறு இல்லை. எண்ணம் என்பது ஒரு நிலையான குறிக்கோள் உடையது. உதாரணமாக, சாலையில் நீங்கள் நடந்து செல்லும் வழியில் ஒரு வீட்டை பார்க்கிறீர்கள் உடனே இதே போன்ற வீட்டை

தான் கட்டி முடிக்க வேண்டும் என்று திட்டம் தீட்டுகிறீர்கள், மேலும் அதே சாலையில் நடந்து செல்கிறீர்கள் அதே வழியில் ஒரு குழந்தை மட்டும் தனியாக விளையாடிக் கொண்டிருப்பதை காண்கிறீர்கள். திடீரென அந்த குழந்தை அங்கிருக்கும் சாலையோர கால்வாயில் விழுந்து விட்டதை பார்த்து அதனை காப்பாற்ற வேண்டும் என்று முடிவு செய்து ஓடி வருகிறீர்கள். இந்த ஓட்டத்தில் குறிக்கோள் இருக்கிறதா? இல்லையா? என்பதை சற்று யூகித்து பாருங்கள்.

ஆம்.., அப்போது குறிக்கோள் எதுவும் உரு பெறவில்லை, இப்போது மட்டுமே நகண நேரத்தில் குறிக்கோள் உருவாகிப் போனது. அதாவது, எண்ணம் தன் செயல் வடிவத்தினைப் பெற்றுவிட்டது. வெகு காலமாக ஒரு பொருள் வேண்டும் என்று நீங்கள் நினைத்திருந்தாலும் சரி அல்லது நான் இதனை செய்து முடிக்கப் போகின்றேன், என்று நினைத்திருந்தாலும் சரி, இதுதான் உங்களின் குறிக்கோள், இதுவே உங்களின் எண்ணமும் கூட.

உதாரணமாக, நீங்கள் தேர்வில் வெற்றி பெற வேண்டும், என வைத்துக் கொள்வோம். (அ) உங்களுக்கு புது வாகனம் வாங்க வேண்டும்; நீங்கள் உலகையே சுற்றி பார்க்க வேண்டும்; அல்லது நீங்கள் விரும்பிய நபரை திருமணம் செய்ய வேண்டும். (அ) ஒரு குறிப்பிட்ட பதவியை அடைய வேண்டும். (அ) உங்களுக்கு குறிப்பிட்ட அளவிற்கான பணம் தேவை

இருப்பதாக வைத்துக் கொள்ளலாம். காரணங்களும், தேவைகளும் எதுவாக வேண்டுமானாலும் இருக்கலாம். இந்த காரண காரியங்களுடனான எண்ணங்களே, செயல் வடிவம் பெறத் தகுதியானவை ஆகும். அதேநேரத்தில் காரணங்களையும் தேவைகளையும் அடிப்படையாக கொண்ட எண்ணங்களில் மட்டுமே ஈர்ப்பு விதியும் வேலை செய்கின்றது. ஈர்ப்பு விதிக்கு ஒரு நிலையான குறிக்கோள் தேவை. மாறாக குறிக்கோள்கள் அற்ற சிந்தனையினூடே ஈர்ப்புவிதி வேலை செய்வதில்லை. கணத்திற்கு கணம் மாறுபட்டுக்கொண்டே இருக்கும் சிந்தனையினால் ஈர்ப்பு விதியும் வேலை செய்யாது; நமக்கும் பலனில்லை.

நீங்கள் உங்கள் குறிக்கோளை தீர்க்கமாக முடிவு செய்து அதில் உறுதியோடு இருக்க வேண்டும். அப்படியான உறுதியான குறிக்கோள்கள் தான் ஈர்ப்பு விதிக்கு மிகமிக முக்கியம் என்பதை நினைவில் வைத்துக் கொள்ளுங்கள். உலகப்புகழ்பெற்ற அறுவைசிகிச்சை நிபுணர் **சார்ல்லஸ் ஆம்ஸ்ட்ராங்** அவர்களின் வாழ்வில் நடந்த ஒரு உண்மைச் சம்பவத்தினை இதற்கு உதாரணமாக சொல்லலாம்.

அமெரிக்காவின் ஒஹாயோ மாகாணத்தை சேர்ந்த ஏழை குடும்பத்தில் பிறந்த லிசா என்ற சிறுமிக்கு, ஒரு தம்பி இருந்தான். லிசாவிற்கு பத்து வயதாக இருந்தபோது, அவளின் தம்பிக்கு நான்கு வயதாகியிருந்தது.

பிறப்பிலேயே நரம்பியல் குறைபாட்டுடன் பிறந்த அவளின் தம்பியின் மீது லிசா மிகுந்த பாசத்துடன் இருந்தாள். பெற்றோர் வேலைக்கு சென்றுவிட்ட பிறகு, அவனுக்கு எல்லாமுமாக இருந்து, அரவணைப்புடன் அவனை கவனித்துக் கொண்டாள். ஒருநாள், திடீரென தம்பிக்கு உடல்நலக் குறைவு ஏற்படவே, குடும்பமே அதிர்ந்து போகின்றது. செய்வதறியாமல் விழிபிதுங்கிய அவர்கள், அருகிலுள்ள மருத்துவமனைக்கு எடுத்துச் செல்கின்றனர். அவர்களோ, நோயின் தீவிரத் தன்மையைப் புரிந்துகொண்டு, கையை விரித்து விடுகின்றனர். பின், நகரில் உள்ள பெரிய மருத்துவமனைக்கு கொண்டு செல்கின்றனர். அங்கோ, மருத்துவக் கட்டணத் தொகையை காரணங்காட்டி, முடியாது என்று சொல்லி அனுப்பி விடுகின்றனர். மனமுடைந்துபோன லிசாவின் குடும்பம், வேறுவழியில்லாமல் உள்ளூரிலுள்ள தேவாலையத்தின் உதவியை நாடியது. தேவாலையமோ, பத்திரிக்கையில் துண்டுச் செய்தி ஒன்றினை வெளியிட்டு தன்னுடைய பங்கிற்கான கடமையை முடித்துக் கொண்டது.

ஒருபக்கம் மக்களுக்கு சேவைசெய்யுல் மருத்துவத் துறையும், மறுபக்கம் அத்தனை நாள் அவர்கள் நம்பிக் கொண்டிருந்த தேவாலையமும் அவர்களை கைவிட்டுவிட்டது. ஆனால், சிறுமி லிசாவோ மனந்தளராமல் உள்ளூரில் உள்ள எல்லா வீடுகளுக்கும் சென்று உதவி கேட்க தொடங்கினாள். **'உங்களால் முடிந்த**

தொகையை கொடுத்து, என் தம்பியின் உயிரை காப்பாற்றுங்கள்' என மன்றாடி கேட்டுக் கொண்டாள். இறுதியாக 10 டாலர்கள் மட்டுமே அவளால் சேர்க்க முடிந்தது. நம்நாட்டு மதிப்பின் படி 850 ரூபாய்கள். அந்த பணத்தினை கொண்டு சென்று, நகரில் உள்ள மருத்துவமனையில் சென்று, **'இந்த பணத்தினை வைத்துக் கொண்டு எப்படியாவது என் தம்பியின் உயிரை காப்பாற்றுங்கள்'** எனக் கதறினாள். ஆனால், அவர்களை இந்த பணம் எதற்கு பத்தும் ?! எனக் கேள்வி எழுப்பி, அவளுக்குப் புரிய வைக்க முயற்சித்தார்கள். **'என் தம்பி எப்படியாவது உடல்நலம் பெற்று மீண்டும் திரும்ப வந்துவிடுவான்'** என்ற நம்பிக்கையில் அழுதுகொண்டே வீட்டிற்கு வந்தாலாம். அவளின் உடைந்து போன வீட்டிற்கு முன்னால், பெரிய காரொன்று நின்று கொண்டிருந்தது.

அந்த காருக்குச் சொந்தக்காரர் தான், உலகின் தலைசிறந்த நரம்பியல் நிபுணரான **'சார்ல்லஸ் ஆம்ஸ்ட்ராங்'** ஆவார். எதிர்பாராவிதமாக அவர், அந்த ஊருக்குச் சுற்றுப் பயணமாக வந்திருந்திருக்கிறார். லிசாவின் குடும்பம் பற்றியும், அவளது தம்பியின் நிலைமை பற்றியும் அரிந்து கொண்ட அவர், தானே முன்வந்து உதவுவதற்கு ஒப்புக் கொண்டிருக்கின்றார். **லிசாவின் கண்களில் கண்ணீர் நிரம்பியது. தன் கையில் சுருட்டி வைத்திருந்த 10 டாலர் பணத்தினை, மருத்துவ செலவுக்காக** ஆம்ஸ்ட்ராங் அவர்களிடம் கொடுக்கிறாள். அவர் அதனை நிராகரிக்காமல்

அன்புடன் பெற்றுக் கொண்டு, வெறும் 10 டாலரை பெற்றுக்கொண்டு 10 ஆயிரம் டாலர் மதிப்புள்ள மருத்துவ சிகிச்சையை வழங்கினாராம். சிறுமியின் எண்ணத்தைக் கண்டு, ஆம்ஸ்ட்ராங் மனந்நெகிழ்ந்து போனாராம். **ஆம்,** சிறுமி லிசாவைப் போல மனதில் உறுதியுடன் விடாப்படியான எண்ணத்தினை மனதில் இருத்திக் காத்திருந்தாள். நிச்சயமாக அது நடந்தேறும். அதுதான் ஈர்ப்புவிதியின் இரகசியம் ஆகும்.

3. அதிர்வு விதி

ஈர்ப்பு விதியில் மிக முக்கியமான விதியே, இம்மூன்றாம் உட்பிரிவான '**அதிர்வு விதி**' ஆகும்.:ஏற்கனவே முடிவு செய்து வைத்திருக்கும் குறிக்கோளை நோக்கி நீங்கள் செல்லும் பாதையில் உங்கள் மனதில் தயக்கம் தடுமாற்றங்கள் வரலாம். அவ்வாறு தயக்கம் தடுமாற்றங்கள் வரும் போது என்னால் எனது குறிக்கோளை அடைய முடியுமா? என்ற கேள்வியும் அதனோடு சேர்ந்து தயக்கமும் உருவாகலாம். அப்போது உங்கள் மனம் அச்ச உணர்விற்கு வந்துசேரும். ஈர்ப்பு விதியின் முதன்மை பங்கு உங்கள் ஆழ்மனதிற்கு உண்டு.

ஆழ் மனதின் பண்பு யாதெனில், உங்களுக்குள் உதயமாகும் எண்ணத்தின் உறுதித் தன்மையை அதிர்வுகளாக மாற்றி செயல்படும் நோக்கம் கொண்டது. உங்கள் ஆழ்மனதின் மொழியை நீங்கள் சரியாக புரிந்து கொள்ள வேண்டியது அவசியம். ஆழ்மனதின் மொழி தமிழோ

ஆங்கிலமோ ஹிந்தியோ அல்லது சமஸ்கிருதமோ கிடையாது. அதிர்வுகள் தான் ஆழ்மனதின் மொழியாகும். இவ்வாறு அதிர்வுகளின் தன்மையை பொறுத்து ஆழ்மனம் உங்கள் குறிக்கோளை அடைய வேலை செய்கிறது.
ஆழ்மனம் ஒரு கண்ணாடியை போன்றது; நீங்கள் எந்த தன்மையில் அதிர்வுகளை வெளிபடுத்துகிறீர்களோ அந்த தன்மையை பொறுத்தே உங்கள் வாழ்க்கையில் நிகழ்வுகள் உருவாகின்றது.

எனவே, உங்கள் குறிக்கோளுக்காக நீங்கள் பயணம் செய்யும் பாதையில் பயம் நடுக்கம் தயக்கம் பதற்றம் கவலை சோகம் அவநம்பிக்கை ஆகியவைகள் உண்டாவது இயல்பானது தான். ஆனால், உங்களது மனம் குறிக்கோளின் மீது தாக்கத்தை ஏற்படுத்துகிறது. இந்த தாக்கம் தான் எதிர்மறை ஆற்றல் என்று அழைக்கப்படுகிறது. எனவே எதிர்மறை ஆற்றலால் அதிர்வுகள் உருவாகவே விளைவுகள் எதிர்மாறாக அமைகிறது. எதிர்மறை எண்ணங்களினால் எதிர்மறை ஆற்றல் உருவாகிறது பின் எதிர்மறை அதிர்வுகள் உருவாகிறது. எதிர்மறை அதிர்வுகள் ஆழ்மனதின் மொழி அல்லவா? ஆதலாம் நீங்கள் உங்கள் குறிக்கோளுக்கு தகுந்த அதிர்வுகளைத் தருவது மிக முக்கியமானது.

உதாரணமாக, பங்களா கட்ட வேண்டும் என்பது உங்கள் குறிக்கோள் என்றால், அதனை

கட்டி முடித்த பின் நீங்கள் நிம்மதியாய் அந்த பங்களாவில் வாழ்வது போல் உணர்வை வெளிபடுத்துங்கள். நிம்மதியான உணர்வே சரியான அதிர்வை உருவாக்கும். இதற்கு மாறாக பங்களா என்னால் கட்ட முடியுமா ? பணமே என்னிடம் இல்லையே எப்படி பங்களா வரும் ? எல்லாமும் கனவுதான் என்னால் எதையும் செய்ய முடியாது ? போன்ற கேள்விக் குள்ளான மனிநிலையுடன் நீங்கள் இருந்தால், இது எதிர்மறை ஆற்றலையே உருவாக்கி அதன் மூலமாக எதிர்மறை அதிர்வுகளையே உண்டாக்கும். எனவே ஏற்கனவே குறிப்பிட்டதைப் போல எதிர்மறை அதிர்வுக்கு சார்ந்த நிகழ்வுகள் உங்கள் வாழ்வில் நடைபெறாமல் பார்த்துக் கொள்வது மிக அவசியம். இதற்கு உதாரணமாக உலகப் புகழ்பெற்ற எழுத்தாளர் இலக்கியவாதி **'சார்லஸ் பெகௌவ்ஸ்கி' (Charles Bukowski)** அவர்களின் வாழ்க்கையைக் குறிப்பிடலாம்.

அவர், தன்னுடைய ஐம்பத்தி ஐந்தாவது வயதில்தான் இலக்கியத்திற்காக உலகம் முழுவதிலும் புகழ் பெறத் தொடங்கினார். அவரின் இருபத்தைந்து வயதிலிருந்தே பல்வேறு கதைகளையும் நாவல்களையும் எழுதிய அவர், ஒரு கதையைக் கூட அவரால் வெளியிடவோ விற்கவோ முடியவில்லை. காரணம், அவரிடமிருந்த எதிர்மறை எண்ணங்கள் தாம். ஆரம்பத்தில் சிற்சில தோல்விகளை சந்தித்த அவர், இனி **'யாரும் நம்மை கண்டுகொள்ளப் போவதில்லை. எவருக்கும் நம்முடைய கதை பிடிக்காது. யாரும் அதனை விலை கொடுத்து வாங்க**

மாட்டார்கள்' இவ்வாறாக எதிர்மறை எண்ணங்களை வளர்த்துக் கொண்டிருந்தார். ஆகவே, உலகின். தலைசிறந்த கதைகளையும் எழுத்துப்பாணியும் கொண்டிருந்த அவரால், அவரின் இறுதி நாட்கள் வரையிலும் முன்னுக்கு வர முடியவில்லை. இறுதியாக, தன்னுடைய எல்லா எதிர்மறை எண்ணங்களையும் விட்டெறிந்து, விருப்பத்துடன் எழுதுவது என முடிவெடுத்தார். அதன்பின் தான் அவருடைய படைப்புகள் உலகறியப் பட்டது. குறுகிய காலத்திற்குள்ளாக உலகின் தலைசிறந்த இலக்கியவாதியாகவும், பணக்காரராகவும் மாறிப் போனார். அவருடைய ஐம்பத்தைந்தாவது வயதில் தான் அவருக்கு ஞானம் பிறந்தது. இத்தனை காலமும் அவர. மனதில் பொதிந்து கிடந்த எதிர்மறை எண்ணங்கள் தான், தம்மை முன்னாள் விடாமல் தடுத்தது அவருக்கு புரிந்தது. ஆகவே, எதிர்மறை எண்ணங்கள் ஆழ்மனதில் படியுமானால், எதிர்மறை எண்ணங்களையே உருவாக்கி, வாழ்க்கயையே சீரழித்துவிடும் அபாயம் உள்ளது.

4. மாற்றத்தின் விதி

உங்கள் குறிக்கோளை தேர்வு செய்து கொண்டு அதை அடைய நீங்கள் பயணம் செய்யும் போது வழியில் சூழ்நிலையால் தடங்கல்கள் உருவாக்க் கூடும். முன்பு நாம் அதிர்வு விதியினைப் பற்றி பார்த்தோம் அதில் குறிக்கோளை அடையும் முன் மனதில்

தோன்றும் எதிர்மறை எண்ணங்களால் நம் வாழ்வில் எதிர்மறை நிகழ்வுகளை ஈர்க்கிறோம் என்பதை பார்த்தோம். அதேபோலத் தான் மாற்றத்தின் விதியும் செயல்படுகின்றது. ஆனால், சிறு வித்தியாசம் ஒன்று இருக்கின்றது. என்னவென்றால் 'நம் மனதில் துணிவு இருந்தாலும், சில சமயங்களில் நமக்கு சாதகமான சூழல் அமைவதில்லை. அதாவது, சூழ்நிலை நமக்கு எதிராக அமையுமானால் அதனை எவ்வாறு எதிர்கொள்வது என கற்றுத் தருவதே '**மாற்றத்தின் விதி**' ஆகும்.

பதினைந்து வயதே ஆன சிறுவன் துப்பான் ஏழ்மையான குடும்பத்தில் பிறந்து வளர்ந்து வருகிறான் ஆனாலும் நன்றாகத் தான் படிக்கின்றான். அவனுக்கு கணிணி பொறியாளர் ஆக வேண்டும் மாதம் ஐம்பது லட்சம் ஊதியம் பெற ஆசை படுகிறான். பத்தாம் வகுப்பில் தொண்ணூறு சதவீதம் தேர்ச்சியும் அடைந்தான். ஆனால் அத்தோடு அவனுடைய முயற்சி நிற்க்கவில்லை மேலும் தனது முயற்சிகளை பட்டை தீட்டுகிறான். பின் பன்னிரெண்டாம் வகுப்பில் என்பத்தியிரண்டு சதவீதம் தேர்ச்சி பெற்றான். இப்பொழுதும் அவன் தனது குறிக்கோளை அடைய தகுதி போதாத அளவிலேயே இருந்தான். முயற்சி செய்து கல்லூரி படிப்புக்காக ஒரு செல்வந்தரிடம் வட்டிக்கு பணம் வாங்கினான். அந்த செல்வந்தரோ துப்பானுடைய வீட்டு பத்திரத்தை வாங்கி கொண்டுதான் வட்டிக்கு பணம் கொடுத்தார். தான் ஒரு ஏழை குடும்பத்தில் பிறந்தாலும் அவனது கனவு,

அளவில் பெரிதாக இருக்கின்றதோ என சந்தேகப்பட்டான். அதனை எண்ணி வருத்தமடைந்தான். ஆனாலும் துப்பானுடைய மனதில், 'நான் படித்து பட்டம் வாங்கவேண்டியதும் பின் ஐம்பது லட்சம் ஊதியம் பெறுவதும் என் உரிமை' என்று தன்னை உத்வேகப்படுத்திக் கொண்டு மேலும் முயற்சிகளை மேற்கொண்டான். கடன் வாங்கிய பணத்தை பயன்படுத்தி கல்லூரியில் சேர்ந்தான். பின்பு தான் வாங்கிய வட்டி பணத்தை அடைப்பதற்கான முயற்சியில் ஈடுபட்டான். எனவே பகுதி நேர வேலையாக உணவகத்தில் பணி புரிந்தான். கல்லூரி நேரம் முடிந்தவுடன் உணவக வேலையை செய்து, அந்த பணத்தால் வட்டியை கொடுத்து வந்தான். ஒருவழியாக கல்லூரி பட்டயப்படிப்பு முடியவே அவன் வாங்கிய கடனையும் அடைத்து முடித்தான். பின்பு நல்ல வேலையை தேடி அலைந்தான். ஆனாலும் அவன் படிப்புக்கு ஏற்ற வேலை அவனுக்கு கிடைக்கவில்லை. ஆறுமாத காலமாக வேலையை தேடி அலைந்து திரிந்து ஒருவழியாக பத்தாயிரம் ரூபாய் மாத ஊதிய வேலைக்கு சேர்ந்தான். ஆனால் அவனுக்கோ ஐம்பது லட்சம் மாத ஊதியம் பெற வேண்டும் என்பதே குறிக்கோளாக இருந்தது. ஆனால் பட்டயப்படிப்பு பெற்றும் தனது குறிக்கோளை அடைய முடியவில்லையே என்ற ஆதங்கம் துப்பானுக்கு எப்போதுமே இருந்தது. இந்த வெறுமை நிலையில் அவனுக்கு ஏற்படும் அவனுடைய உள்ளுணர்வு ஒரு குரலை எழுப்பியது. 'நீ பணக்காரனாக வேண்டியது

உன்னுடைய உரிமை' என்று அவனுடைய உள்ளுணர்வு கூறியது போலவே மேற்கொண்டு போராட தொடங்கினான். ஆனாலும் அவன் தோற்றுப் போவதே வழக்கமாகவும் வாடிக்கையாகவும் மாறியது. மனம் நொந்து போன துப்பான் மேலும்மேலும் பல நிறுவனங்களுக்கு ஏறி இறங்கி வேலை தேடவே தோல்வியே பரிசாக கிடைத்தது. இப்படியாக தோல்வியே அவனைத் துரத்த, ஒரு நாள் இரவு அவனுடைய நண்பரின் வீட்டில் மொட்டை மாடியில் நிலா வெளிச்சத்தில் உறங்கிக் கொண்டிருந்தான். அப்பொழுது விடியற்காலை மூன்று மணி அதிகாலை வேளையில், அவனுக்கு விழிப்பு வந்தது. அத்தோடு ஒரு புது யோசனையும் கிடைக்கவே அந்த புது யோசனையை நிறைவேற்ற காலை எழுந்தவுடன் வங்கிக்கு சென்றான் கடன் வாங்கி தனியாக கணிணி பொறியாளர் நிறுவனம் ஒன்றை சிறிய அளவில் துவங்கினான். பின் அந்த நிறுவனம் சிறிது சிறிதாக லாபத்தை கொடுக்க ஆரம்பித்தது. துப்பானுக்கு அந்த நிறுவனத்தின் ஒவ்வொரு அசைவும் நன்றாக புரிந்தது. ஆகையால், தான் கற்று வைத்த அத்தனை நுணுக்கங்களையும் சரியாக பயன்படுத்தி ஐந்து வருடத்தில் பத்து கோடிக்கு அதிபர் ஆனான். மக்கள் அவனை தொழிலதிபர் என்று அழைத்தார்கள்.

அதாவது ஒரு மாணவன் அவனுக்கு பதினைந்து வயதாகவே பத்தாம் வகுப்பு படிக்கிறான். அவனுக்கு கணிணி பொறியாளர் ஆகவேண்டும் என்று ஆசை உருவாகிறது.

அதனோடு சேர்ந்து மாதம் ஐம்பது லட்சம் ஊதியம் பெற ஆசை படுகிறான். ஆசை என்று நாம் சொல்வது நாம் அடைய நினைக்கும் குறிக்கோளைப் பற்றித் தான். பதினைந்து வயதில் குறிக்கோள் உருவாகிவிட்டதென்றால் அது உடனே நிறைவேறி விடுமா? என்றால் இல்லை தான். அதற்கான தகுதி இன்னும் அந்த மாணவனுக்கு கிடைக்கவில்லை. அது மட்டுமல்லாமல் அவன் தன் தகுதியை உயர்த்த காலம் இன்னும் தேவைப்படுகிறது.

பதினைந்து வயதில் அந்த மாணவனுக்கு குறிக்கோள் உருவாகி விட்டதென்றால் அவன் உடனே ஒரு பாதுகாப்பான இடத்தில் படுத்துக்கொண்டு நேரத்தை சேதம் செய்திருந்தால், ஈர்ப்பு விதி அவன் குறிக்கோளுக்கு எதிராக செயல்பட்டிருக்கும். எண்ணம் மட்டும் வளர்த்தால் போதாது குறிக்கோளுக்கு தேவையான முயற்சியும் மிக அவசியமானது. நாம் எதுவாக வேண்டுமென்பதை தீர்மானம் செய்வது நாம் மட்டுமல்ல, நம்முடைய தகுதியும் தான். ஆதலால் குறிக்கோளை உருவாக்கி அந்த குறிக்கோளை அடைய அந்த துறைசார்ந்த முயற்சியில் முழுமூச்சாக ஈடுபட வேண்டும். பல நிறுவனங்களில் பணிபுரிந்து தனது தகுதியை சிறுக சிறுக வளர்த்த பின்புதான், தன்னுடைய முப்பதாவது வயதினை நெருங்கும் போது தான், அவர் தனது இலக்கினை அடைகிறார். பதினைந்து வயதில் ஆசை எனும் குறிக்கோள் உருவானது. அதனை

அடைய மேலும் பதினைந்து ஆண்டுகள் முயற்சி தேவைப்படுகின்றது.

அதாவது ஒரு தீ பெட்டியின் விலை, தற்போது ஒரு ரூபாய். வெறும் ஒரு ரூபாய்க்கு விற்க்கும் தீப்பெட்டி அவசரத்திற்கு வீட்டில் இல்லை என்றால், உடனே கடைக்கு ஓடுகின்றீர்கள். அங்கு கடை மூடிப்பட்டிருந்தால் என்ன செய்திருப்பீர்கள் ? உங்களுடைய பதில், அடுத்த கடையை தேடுவதாக வைத்துக் கொள்வோம். எப்படியும் அரை மணி நேரமாவது ஆகிவிடும். வெறும் ஒரு ரூபாய்க்கு விற்கும் தீப்பெட்டியை வாங்குவதற்குள்ளாகவே அரை மணி நேர காலம் தேவைப்படுகின்ற பட்சத்தில், கணிணி மென்பொறியாளர் ஆகவேண்டு மென்ற அந்த விருப்பம் நிறைவேறுவதற்கு எவ்வளவு காலம் தேவைப்பட்டிருக்கும். எம்முடைய மாணவர்களும் இதைப்போன்றொரு கேள்வியை எம்மிடத்தில் கேட்டுவிட்டு, பத்து நிமிடத்தில் அதற்கான பதிலை எதிர்நோக்குவார்கள். அல்லது பத்தி நிமிடத்திற்குள்ளாக அந்த பதிலினை வழங்குமாறு கேட்டுக் கொள்வார்கள். எல்லா பதில்களுக்கும் காலம் என்பது மிகமிக அவசியம் தேவை என்பதை சிந்தியுங்கள்.

உதாரணத்திற்கு என்னோடு பத்தாம் வகுப்பில் எழுபது மாணவ மாணவிகள் படித்தார்கள். எல்லோருமே நான் மருத்துவர் ஆக போகிறேன்; நான் பொறியாளர் ஆக போகிறேன் என்று சொல்வதை வாடிக்கையாக

வைத்திருந்தார்கள். பின் பத்து வருடம் முழுவதும் ஓடிய நிலையில் என்னோடு படித்த சக மாணவர்கள் எல்லோரும் இன்று என்னவாக இருக்கின்றார்கள் ? என்று ஓர்நாள் விசாரித்தேன். ஒவ்வொருவரும் திருமணம் செய்து கொண்டு குழந்தை பெற்று பொருளாதார ரீதியான சிக்கலில் வாழ்ந்து வருகிறார்கள். ஏன் இவர்கள் யாரும் மருத்துவர்களாக வில்லை; ஏன் இவர்கள் யாரும் பொறியாளர்களாக வில்லை என்று சிந்தித்தால் உண்மையை விளங்கிக் கொள்ள இயலும். இந்த ஒவ்வொருவருமே ஏதோ ஒரு காரணத்தை தயாராக கையில் வைத்திருக்கிறார்கள். சிலர் குடும்ப சூழ்நிலையை காரணமாக முன் வைக்கிறார்கள். இன்னும் சிலர் பணம் போதியளவு இல்லை என்று சொல்கிறார்கள். இன்னும் சிலர் மதிப்பெண் என்னிடம் இல்லை அதனால் எனது குறிக்கோளை அடைய முடியவில்லை என்று குறை கூறுகின்றார்கள். ஆனால் மாணவன் துப்பான் மட்டும் பதினைந்து வயதில் உருவெடுத்த குறிக்கோளை தனது முப்பது வயதில் எவ்வாறு சாதிக்க முடிந்த்து? பதினைந்து வயது குறிக்கோளுக்காக அவர் பயணம் செய்யும் தருவாயில் அவருக்கு எந்த தடைகளும் இல்லையா? பின் எப்படி அந்த நிலைக்கு சென்றிருக்க கூடும் ?

ஆம், எல்லோருக்கும் தனது வாழ்நாளில் தினந்தோறும் பல சவால்களும், பிரச்சனைகளும் வந்துகொண்டு தான்

இருக்கின்றன. அதனை எதிர்கொள்ள வேண்டிய நிலை ஏற்படும்போது அதனை சமாளிப்பதற்கு சில காலங்கள் தேவைப்படுகின்றது. உருவெடுக்கும் சவால்களை துணிச்சலுடன் எதிர்கொண்டால் தான் மாற்றத்தை நம்மால் ஏற்படுத்த முடியும். மாற்றங்கள் நிகழ்வதே நம்மை வலுப்படுத்த தான் என்பதை புரிந்து கொள்ளுங்கள்.

இயேசு நாதர் ஞானம் பெற்றது தன்னுடைய 12வது வயதில் தான். ஆனால், மக்களுக்கு போதனைகளை வழங்கும் பக்குவம் அவருக்கு அப்பொழுது வந்த சேர்ந்திருக்க வில்லை. ஆகவே அவர் பதினெட்டு ஆண்டு காலம் மேற்கொண்டு அதற்காக காத்திருக்க வேண்டியிருந்தது. பல்வேறுவிதமான சூழ்நிலைகளையும் சவால்களையும் எதிர்கொண்டு அதில் வெற்றிபெறும் பக்குவத்தினை அவர் தனது 30வது வயதில் தான் அடைந்திருந்தார். பைபிளில் கூட ஏசுவின் 18 வருடங்கள் (12-30) அவர் என்ன செய்தார் ? எங்கிருந்தார் ? என்பது பற்றி குறிப்பிடப் படாததற்கு காரணமும் இது தான். அவ்வாறு அவரின் 30-வது வயதிலும் கூட ஏசுவை தேவதுதனாக உடனே மக்கள் ஏற்றுக் கொள்ளவில்லை, என்பதை நினைவு கூர்வது நல்லது.

2 - சக மனிதர்களை ஈர்க்கும் சக்தி

பள்ளி ஆசிரியர் ஒருவரிடம் மாணவன் ஒருவன் வந்து இலக்கை அடைய வேண்டும், அதிலும் சுலபமாக இலக்கை அடைய வேண்டும். அதற்க்கு என்ன செய்ய வேண்டும்? என்று கேட்கிறான். ஆசிரியர் இந்த கேள்விக்கான பதிலை யோசித்து விட்டு தெளிவாக அதனை வெளிப்படுத்த மாணவனை அழைத்தார். ஒரு பட்டாம்பூச்சி இந்த உலகை காண்பதற்கு முன் எவ்வாறு துன்பப்பட்டு வருகின்றது என்ற விஷயத்தை அவனுக்கு காண்பிக்க நினைத்தார். ஆகவே அவனிடம் பட்டாம்பூச்சியின் கூட்டினை காண்பித்து, இன்னும் சில நேரங்களில் இந்த பூச்சி நீண்ட போராட்டங்களுக்குப் பிறகு வெளியே வந்துவிடும் என்றும், அதற்கு நீ உதவக் கூடாது என்றும், கூறிவிட்டு பள்ளி அறைக்குள் சென்று விட்டார்.

பட்டாம் பூச்சி கூட்டிலிருந்து வெளியேறும் அந்நிகழ்வை கண்ட அந்த மாணவன், அது தனது கூட்டை உடைக்க மிகவும் கஷ்டப்படுகிறது என்று நினைத்து, அந்த கூட்டினை லோசாக உடைத்து விட்டான். பட்டாம் பூச்சி வெளியே வந்தது. மாணனுக்கோ கொள்ளை மகிழ்ச்சி. ஆனால், அது வெளியேறிய கணத்திலேயே இறந்தும் விடுகிறது. இதனால் அந்த பட்டாம் பூச்சியின் இறப்பிற்கு தானே காரணமாகி விட்டோமோ, என மாணவன் குற்ற உணர்வினால் நடுக்குற்றான்.

பின்பு ஆசிரியர் அங்கு வந்து, கூட்டை உடைத்த மாணவன் அழுதுக் கொண்டிருப்பதைக் கண்டு, எதற்காக அழுகிறாய் ? என்று கேட்ட போது, நடந்ததை சொன்னான். ஆசிரியர் அவனிடம் பட்டாம்பூச்சி அத்தகைய போராட்டத்தை அனுபவிக்கக் காரணம், அதன் சிறகுகள் நன்கு வளர்வதற்கும், தன்னை வலுப்படுத்திக் கொள்ளவும் தான், என்று காரணம் சொன்னார். இதைப்போலத் தான், நாமும் நமது வாழ்வில் இன்பமாக வாழ பல போராட்டங்களை சந்திக்க நேரிடும்; அதற்காக மனமுடைந்துவிடக் கூடாது. போராட்டங்களை சந்திக்க சந்திக்கத் தான் நமது மனமும் வலுவடையும். பின் எதற்கும் துணிச்சலோடு போராடி, வாழ்வில் முன்னேற்றமும் அடைய முடியும் என்று கூறி, மணவர்களுக்கு நல்ல அறிவுறையை வழங்கினார்.

உங்களது குறிக்கோள் எனும் இலக்கை அடைய தேவையான ஒன்று காலம் மட்டுந்தான். காலம் மாறிக்கொண்டே தான் இருக்கும். காலம் மாறும் பொழுதும் கூட மாற்றம் பெறும். ஆனால் உங்கள் இலக்கில் இருந்து நீங்கள் வெளியேறக்கூடாது. உங்கள் இலக்கில் உறுதியாக இருக்கவேண்டும். காலம் உங்களை புரட்டி போடும் தலைகீழாக மாற்றி போடும் ஆனாலும் நீங்கள் உங்கள் குறிக்கோளில் தெளிவாகவும் உறுதியாகவும் இருக்க வேண்டும். மாற்றம் நிகழ்வதே நீங்கள் முடிவு செய்துள்ள உங்கள் குறிக்கோளுக்காக தான் என்பதை புரிந்து கொள்ளுங்கள்.

மாற்றத்தின் விதி சொல்லும் சூத்திரம் என்னவென்றால் நீங்கள் ஆசை அல்லது இலக்கு என்னும் குறிக்கோளை உறுதியாக முடிவு செய்து விட்டால் பல சூழ்நிலையை உருவாக்கி உங்களை தகுதி உடைய மனிதனாக மாற்றும். இதனால் தான் நான் எப்பொழுதும் மாற்றத்தின் விதியை '**சூப்பர் ஹீரோ**' என்று நினைக்கிறேன். ஏனென்றால் மனிதன் எப்பொழுதும் மாற்றத்தை நேசிப்பதில்லை; மாறாக, யதார்த்தத்திலேயே மங்கி விடுகின்றனர். ஆனால் மாற்றம் நிகழ்வதே உங்களின் இலக்கிற்காகத் தான் என்பதை நீங்கள் புரிந்து கொள்ள வேண்டியது அவசியம்.

5. நம்பிக்கையின் விதி

மாற்றத்தின் விதியை பற்றி முழுவதுமாக தெரிந்திருந்தால் மட்டுந்தான், நம்பிக்கையின் விதியினை நீங்கள் புரிந்துகொள்ள முடியும். ஒரு மாற்றம் நிகழும்போதெல்லாம் மனிதனின் மனதில் அவநம்பிக்கை உண்டாகின்றது. அதனோடு சேர்ந்து அச்சமும் பதற்றமும் உருவாகி விடுகின்றது. எனவே மனதில் ஓர் எதிர்மறை அதிர்வு உருவாகின்றது. நம் மனதில் நாம் தொடர்ந்து கொடுக்கும் அதிர்வுகளை பொறுத்தே நம் வாழ்வின் நிகழ்வுகளை ஈர்க்கிறோம் என்பதை ஏற்கனவே பார்த்தோம். மாற்றங்கள் உங்கள் மனதில், அச்சம் கவலை வேதனை தவிப்பு ஏக்கம் போன்ற பல வகையான உணர்வுகளை உருவாக்குமேயானால், நீங்கள் உங்கள் அதிர்வை எதிர்மறையாக வெளிபடுத்துகிறீர்கள் என்று அர்த்தமாகும். இதனால் நீங்கள் உங்கள் குறிக்கோளில் இருந்து தடுமாறுகிறீர்கள்.

எனவே, ஏற்கனவே சொன்னதைப் போல இந்த ஈர்ப்புவிதியின் முதல் விதியான சிந்தனையின் விதிக்கே நாம் திரும்பிச் செல்வோம். ஒவ்வொரு மாற்றம் நிகழும்போதும் காலம் விதியை புரட்டி போடும்; தலை கீழாகவும் மாற்றி அமைக்கும். ஆனால், நீங்கள் நம்பிக்கையோடு இருத்தல் வேண்டும். ஒருவேளை, என்னால் இனியும் முடியாது; என்னால் இனி முன்னேறவே முடியாது; நான் தோற்றுவிட்டேன், என்று மனதில் நீங்கள் நினைத்தால் அப்போது உங்கள் அதிர்வலைகள் மோசமாக மாற்றம்

பெறுகின்றன. நீங்கள் உங்களது குறிக்கோளை ஏக்கத்தோடு பார்க்கிறீர்கள். எனவே இந்த ஏக்கம், அச்சம் கவலை மன சோர்வு இவை அனைத்தையும் கூடவே இழுத்துவந்து உங்களை ஆழ்ந்த சிந்தனையில் தள்ளிவிடுகின்றது.

மக்கள் செய்யும் தவறு யாதெனில், மாற்றங்கள் ஏற்படும் போது அதனை எதிர்கொள்ள முடியாமல் எதிர்மறை அதிர்வுகளுக்கு முக்கியத்துவம் கொடுத்து நம்பிக்கை இழந்து விடுகின்றனர். நம்பிக்கை இல்லாமல் போன பிறகு, 'என் குறிக்கோளை ஈர்ப்பு விதி நிறைவேற்றவில்லையே' 'இந்த பிரபஞ்சம் என் ஆசையை நிறைவேற்றவில்லையே' என்று குறை கூறி புலம்பத் தொடங்குகிறார்கள். எனவே மாற்றங்கள் நிகழ்வதே உங்களுக்காக தான் என்பதை முதலில் புரிந்து கொள்ளுங்கள். உங்களது குறிக்கோளுக்காக தான் மாற்றங்கள் நிகழ்கின்றது. எல்லா நேரங்களிலும் உங்களது குறிக்கோளை உங்களது 'மனம் என்னும் பிரபஞ்சம்' உங்களுக்கு கொண்டுவந்து சேர்க்கும், என்பதை நினைவில் கொள்ளுங்கள்; இறுதி வரை நம்பிக்கையோடு இருங்கள்.

உங்களால் சக மனிதர்களை ஈர்க்க முடியும்.

உங்களால் சக மனிதர்களை மிக எளிதாக இருக்க முடியும் என்று சொன்னால் நம்ப

முடிகிறதா?! ஆம், இன்றைய காலத்தைப் பொறுத்த வரையிலும் ஈர்ப்புவிதி பயிற்சியாளர்கள் என்று தங்களைச் சொல்லிக் கொள்ளும் சில நபர்கள், மக்களை தவறுதலான பாதைக்கு கொண்டு செல்ல முற்படுகிறார்கள். மக்களின் நம்பிக்கையை உடைக்க துணிகிறார்கள். அதாவது, ஈர்ப்பு விதியை பயன்படுத்தி சக உயிரை சக மனிதரை ஈர்க்க முடியாது என்று வதந்தி கூறுகின்றார்கள்.

ஆனால், இது உண்மையில்லை உங்களால் அனைவரையும் ஈர்க்க முடியும். ஏனென்றால் நீங்கள் பிரபஞ்ச சக்தி படைத்த ஒரு ஆன்மாவை சுமந்து கொண்டிருக்கும் மனிதன். உங்களால் சக ஆன்மாவை ஈர்க்க முடியும் இதுவே உண்மையுங் கூட. நாம் அனைவரும் அலைக்கற்றைகளின் நடுவில் தான் வாழ்கிறோம் என்பது உங்களுக்கு தெரிந்திருக்கும்.

அலைக்கற்றைகளால் சூழப்பட்ட நவீன யுகத்தில் வசிக்கும் நாமே, பிரபஞ்ச அலைவரிசையை புரிந்து கொள்ளவும், ஏற்றுக் கொள்ளவும் மறுக்கின்றோம். அலைக்கற்றைகள் குறித்து சரிவர புரிந்துகொண்டால் தான் உங்களால், மற்றுமொரு சக ஆன்மாவை ஈர்க்க முடியும், என்பதை விளங்கிக் கொள்ள முடியும். புரியும்படி சொல்ல வேண்டுமென்றால், உதாரணமாக நாம் அன்றாட வாழ்வில் பயன்படுத்தும் தொலைபேசியை எடுத்துக் கொள்ளுவோம்.

நீங்கள் இந்தியாவில் இருந்து கொண்டு கடல் தாண்டி மலை தாண்டி இருக்கும் அமெரிக்க நண்பருடன் எவ்வாறு உரையாடல் நடத்துகிறீர்கள். இன்னும் சிலர் முகம் தெரியாது நேரில் பார்த்ததும்கூட கிடையாது. ஆனாலும் தொலைபேசி வாயிலாகவே காதல் பேச்சை பறிமாறிக் கொள்கிறார்கள்.
இது எப்படி சாத்தியமாகும்? முன் பின் தெரியாத நபரை நம்மோடு இணைப்பது எவ்வாறு சாத்தியமாகும்?

ஆம், அலைக்கற்றைகளின் உதவியுடனே அது சாத்தியமாகும். நாம் பயன்படுத்தும் தொலைபேசி முதல், ப்ளூடுத், ரேடியோ, தொலைகாட்சி ரிமோட், என எல்லா மின் சாதன பொருட்களுமே, அலைக் கற்றையின் உதவியுடன் இயங்குபவையே ஆகும். இதேபோலத்தான் நமது மனித மூளையிலும் கூட அலைக்கற்றைகள் நிறைந்து காணப்படுகின்றது. ஆனால், மனித மூளையானது நாம் பயன்படுத்தும் தொலைபேசியை விட பன்மடங்கு அதிவேகமாக இயங்கக் கூடியது. அதிவேகமாக அலைக்கற்றைகளைப் பரிமாறிக் கொள்கின்றது.

நீங்கள் ஆழ்ந்து உறங்கிக் கொண்டிருக்கும் போது, தொலைப்பேசி அழைப்பின் ஓசையை எதிர்கொண்டதுண்டா ? தொலைப்பேசி அழைப்பு வருவதற்கு சில விநாடிகளுக்கு முன்பே, நமது மூளையானது விழித்துக்

கொள்ள துவங்கும். காரணம், தொலைப்பேசிக்கு முன்பாகவே நமது மனித மூளையானது, தொலைப்பேசி அலைக்கற்றைகளை ஈர்க்கத் தொடங்கிவிடும். ஆகையால் தான், தொலைப்பேசி அழைப்பு வருவதக்கு முன்பாகவே நாம் கண் விழித்துக் கொள்கின்றோம். எனவே நமது மூளையின் அலைக்கற்றையை பயன்படுத்தி பிறரை ஈர்க்கவும் முடியும். நமது செய்தியை வாய்விட்டு சொல்லாமலேயே மன அலைகளை சரியாக பயன்படுத்தி பிறர் மனதோடு நம் எண்ணங்களை பகிர்ந்து கொள்ளவும் முடியும்.

இதைத்தான் மெண்டல் மெசேஜ் என்று நாம் கூறுகின்றோம். நம் எண்ணங்களை அடுத்தவரிடம் வாய்விட்டு சொல்லாமலேயே, பகிர்ந்து கொள்வதற்கு முறையாக பயிற்சி மிகமிக அவசியம். அதற்காக தினந்தோறும் உங்கள் முளைக்கு புத்துணர்வு தரும் தியானத்தில் பதினைந்து நிமிடம் இருங்கள். இல்லையெனில் நன்றாக குளித்து விட்டு படுக்கைக்கு சென்று, வானத்தை நோக்கிப் படுத்துக் கொண்டு கண்களை அமைதியாக மூடி, முதலில் உங்கள் மூளையின் அதிர்வை அமைதி படுத்துங்கள். இப்போது மூச்சு பயிற்சியை செய்யத் தொடங்குங்கள். உங்களது உள்ளங்கால் தொடங்கி உச்சந்தலை வரைக்கும் இருக்கக்கூடிய உடல் பாகங்களை ஒவ்வொன்றாக உணருங்கள். இப்பொழுது உங்களது உடல் முழுவதும் லேசாக மாறிவிடும்

வானத்தில் மிதப்பது போன்ற உணர்வு ஏற்படும்.

இப்பொழுது நீங்கள் ஆழ்ந்த அமைதி நிலையை அடைந்து இருப்பீர்கள். இதுதான் உங்களுக்கான சரியான நேரம். உங்களுடைய எண்ணங்களை மற்றவருடைய மனதில் பகிர்ந்து கொள்ள சரியான நேரம் இதுவே யாகும். நீங்கள் யாருடன் உங்களது எண்ணங்களை பகிர்ந்துகொள்ள நினைக்கிறீர்களோ, அவர்களை எண்ணிப் பார்த்து மனரீதியாக மன காட்சிப்படுத்துதல் செய்து உங்களுடைய கருத்துக்களை மனரீதியாக உச்சரிக்க ஆரம்பியுங்கள். உங்களது மூளை ஒரு ரேடார் கருவியைப் போல செயல்பட்டு, நீங்கள் நினைத்த நபருக்கு தகவல் சமிஞ்சை அளிக்கின்றது.

நீங்கள் உங்களது ஆழ்மனதைப் பயன்படுத்தி ஒரு நபரை நினைத்து நீங்கள் உங்களது உணர்வுகளை வெளிப்படுத்தும் போது அந்த உணர்வில் இருந்து ஓர் அதிர்வு உருவெடுக்கிறது. இந்த அதிர்வுகளே உங்களது அந்த நபரிடம் சென்றடைகிறது. இவ்வாறு நீங்கள் இருபத்தி ஒரு நாட்களுக்கு தொடர்ந்து உங்களது சமிக்ஞைகளை அனுப்பும் பொழுது, உங்களது அதிர்வலைகள் மீண்டும் மீண்டும் நீங்கள் நினைத்த அந்தக் குறிப்பிட்ட நபரின் மூளைக்கு செலுத்தப்படுகின்றது.

தொடர்ந்து வரும் சமிஞ்சைகளை, உள்வாங்கிக் கொண்ட அந்த நபரின்

மூளையின் உதவியுடன் ஆழ்மனதில் உங்களைப் பற்றிய எண்ணம் விதைக்கப்படுகின்றது. அது அந்த நபருக்கு தூக்கக் கனவின் வாயிலாக அறிவுறுத்தப்படும். இருபத்தியொரு நாட்கள் தொடர்ந்து சமிஞ்சை செலுத்தப்பட்டு, அவரே உங்களை தொடர்பு கொள்ள முற்படுவார். இதை தான் '**மன செய்தி**' என்று அழைக்கிறோம்.

மனச் செய்திகள் அனுப்புவதற்கு மேலுமொரு அற்புதமான பயிற்சியும் உண்டு. அதன் பெயர் தான் 'லீசிட் ட்ரீம்' (Lucid Dream) பயிற்சி எனப்படும் ரெம் தூக்கப் பயிற்சி (Rem Sleeping exercise) ஆகும்.

3 - அளவில்லா மகிழ்ச்சியை ஈர்க்கும் இரகசியம்

உங்கள் வாழ்க்கையில் அளவில்லா மகிழ்ச்சியை உங்களால் நிச்சயமாக ஈர்க்க முடியும். 'இன்பமும் துன்பமும் கலந்ததுதான் வாழ்க்கை' என்று நாம் நமது வாழ்வின் தத்துவமாக கடைபிடித்துக் கொண்டிருக்கிறோம். அதாவது, நாம் அனைவருக்குமே ஏதாவதொரு வகையில் இன்பம் நிகழும்போது, மிக விரைவிலேயே துன்பமும் நிகழும் என்று நாம் நம் மனதில் ஏற்கனவே விதைத்து வைத்துள்ளோம். ஒருவேளை நீங்கள் இந்த மனப்பாங்கில் வாழ்ந்து கொண்டிருக்கிறீர்கள் என்றால் இன்பம் நிகழும் பொழுது இன்பத்தை அனுபவிக்காமல் துன்பத்தை எதிர்நோக்கி காத்திருக்கிறீர்கள் என்பதே பொருள். எனவேதான் மக்கள் அனைவரும் இன்பமும் துன்பமும் கலந்ததுதான் வாழ்க்கை இதுவே

நியதி என்று எடுத்துரைக்கின்றனர். ஆனால் உண்மை அதுவல்ல.

ஒரு மனிதன் எந்த விதமான அதிர்வலைகளை மேலும் மேலும் தனது ஆழ்மனதிற்கு செலுத்துகிறானோ அந்த அதிர்வலைகளுடைய தன்மையை பொருத்து அவனுடைய வாழ்க்கையில் சம்பவங்களை ஈர்க்கிறான். உதாரணமாக, இந்த நாள் மிகவும் கடினமானது; இன்று என்ன நடக்கப்போகிறதோ ? என்ற பதற்றமும் பயமும் உங்களுக்குள் இருக்குமானால், அந்த நாள் முழுவதுமே கடினமாகத்தான் முடியக் கூடும். தனக்கு மன தயக்கமாக இருக்கின்றது என்ற நிலையில் ஒரு மனிதன் வாழ்ந்து வந்தானானால் அவனுக்கு வாழ்நாள் முழுவதிலுமே மிகவும் கடினமானதாக மாறிப்போய்விடும். அதாவது அவனுடைய எண்ணங்களின் தாக்கத்தினாலும் அவனுடைய மன பயத்தினாலும் அவன் வாழ்க்கையை அவனே மோசமானதாக உருவாக்கிக் கொள்கின்றான்.

நீங்கள் செய்ய வேண்டிய ஒரு காரியத்தை கையில் எடுக்கும்பொழுது அதன் ஆழத்தைக் கண்டு அச்சப்பட வேண்டாம். ஏனென்றால் அந்த ஆழம் நீங்கள் நினைத்ததைவிட மிக எளிமையானதாக கூட இருக்கலாம். ஒருவேளை நீங்கள் நினைத்த காரியத்தில் உள்ள ஆழம் மிகவும் ஆபத்தானது என்று தெரிந்தாலுங்கூட, அதில் இருக்கும் உங்களுக்கு சாதகமானவற்றை மட்டுமே

கணக்கிலெடுத்துக் கொள்ளுங்கள். அதை மட்டுமே ஆதாயமாக கொண்டு உங்கள் மனதை ஆசுவாசப் படுத்திக் கொள்ளுங்கள். இவ்வாறு நீங்கள் உங்களை நீங்களே சமாதானப் படுத்திக் கொள்ளும் பொழுதுதான், நீங்கள் அச்சப்பட்ட அந்த காரியம் உங்களுக்கு சாதகமாக அமையும். இந்த மனநிலைக்கு உங்களை தயார் செய்த பிறகு, உங்கள் வாழ்க்கையில் மகிழ்ச்சியைத் தவிர வேறுதுவும் வரப்போவதில்லை. சில மனரீதியான பயிற்சிகளை கற்றுக் கொள்வதன் மூலமாக, இன்னமும் எளிமையாக வாழ்வில் மகிழ்ச்சியை அடைந்துவிட முடியும்.

பயிற்சி 1

தினமும் இரவு தூங்கும் முன்பு நிம்மதியாக ஒரு இடத்தில் அமருங்கள். தியானத்திற்கு நீங்கள் அமர்வது போல அமர்ந்து கொண்டு கண்களை இறுக மூடிக் கொள்ளுங்கள். உங்கள் உள்ளங்கால் பகுதிகளில் இருந்து உச்சந்தலை பகுதி வரைக்கும் இருக்கக்கூடிய பாகங்கள் அமைதியாக ஓய்வு எடுப்பதாக உணருங்கள். எந்த ஒரு பாகத்திலும் அழுத்தத்தை கொடுக்க வேண்டாம். இப்பொழுது நீங்கள் சந்தித்த இந்த நாளை, அதாவது காலை நீங்கள் தூங்கி எழுந்த அந்த நேரத்திலிருந்து இப்பொழுது இரவு தூங்குவதற்கு முன்பு அமர்ந்திருக்கும் இந்த நேரம் வரை, உங்களது வாழ்வில் இன்று நடந்த நல்ல காரியங்களைப் பற்றி ஒரு முறை சிந்தியுங்கள். நினைவு கூர்ந்து பாருங்கள். நல்ல

காரியம் என்ற உடனே பெரிய அளவில் இருக்க வேண்டும் என்ற அவசியமெல்லாம் கிடையாது. சிறு அளவிலான காரியம்கூட உங்களது வாழ்வில் இன்று மகிழ்ச்சியை கொடுத்து இருந்தாலும் அதைபற்ற்றி நீங்கள் நினைவுபடுத்திக் கொள்ளுங்கள். இது போல ஒரு நாளில் எப்படியும் ஓரிரு காரியங்களாவது நல்ல காரியங்களாக, உங்களின் மனதிற்கு பிடித்தமான நேர்மறையான காரியமாக நடந்து இருந்திருக்க கூடும். ஒவ்வொரு நாளும் தூங்கப் போவதக்கு முன்பாக, அவற்றை நீங்கள் நினைவுபடுத்தி மகிழ்ச்சி கொள்ளுங்கள். இவ்வாறு நீங்கள் ஒவ்வொரு நாளிலும் சிறுசிறு காரியங்களை நினைத்து ஆனந்தம் கொள்வதை வழக்கமாக்கிக் கொள்ளுங்கள். நீங்கள் உங்களது வாழ்வில் நடக்கும் நல்ல காரியங்களை சேமிக்க சேமிக்க அது பின்னாட்களில் பெரிய நல்ல காரியங்களை ஈர்த்து கொடுக்கும் வல்லமை மிக்கதாக மாறுகின்றது. உங்களால் முடியுமென்றால் உங்களுக்கு நேரம் இருக்கிறதென்றால் நீங்கள் இந்த நல்ல காரியங்களை உங்களது தனிப்பட்ட டைரியில் எழுதி அதை ஒருமுறை வாசித்து பார்ப்பதைக் கூட நீங்கள் வழக்கப் படுத்திக் கொள்வது நன்று.

இந்த பயிற்சியை உங்கள் வாழ்நாள் முழுவதும் நீங்கள் தொன்றுதொட்டு பயன்படுத்திக் கொண்டே வரும் பொழுது இந்த பயிற்சி உங்களுக்கு மென்மேலும் வளர்ச்சியை கொடுத்து கொண்டே செல்லும்,

இந்த பயிற்சியினால் பல நிம்மதியான தருணங்களையும் உங்களால் ஈர்க்க முடியும் இதனால் நீங்கள் வாழும் காலம் முழுவதும் நிம்மதி மட்டுமே நிலைத்து நிற்கும். மனமகிழ்ச்சியோடு வாழ்வதற்கு இந்த ஒரு பயிற்சியே சிறந்தது.

பயிற்சி 2

எண்ணங்களை முறையாக மூளையில் இருத்தி ஒரு புள்ளியில் குவியச் செய்ய வேண்டும். இவ்வாறாக குவிக்கப்பட்ட எண்ணங்களின் குவியலை மனதின் '**மைய்ய கரு'** என்று குறிப்பிடலாம். இந்த மைய்ய கருவில் ஏற்படும் ஓர் முக்கியமான உணர்வு தான், **உள்ளுணர்வு** என்று அழைக்கப் படுகின்றது. உள்ளுணர்வின் வழியில் நாம் பயணம் செய்யும்போது நம் வாழ்வின் எல்லையற்ற ஆற்றலை பெற முடியும். இந்த எண்ணங்களின் குவியலை 'கரு மைய்யம்' என்றும் 'உள்ளுணர்வு' என்றும் 'ஆழ்மனம்' என்றும் பலவாறான பெயர்களில் அழைக்க முடியும். பல சிந்தனைகளை உள்வாங்கி அது ஒரு ஒற்றை உணர்வுடைய எண்ணமாக மாறும்போது, அந்த எண்ணம் ஆழ் மனதிற்க்கு அனுப்பபப்படுகிறது. ஆழ் மனம் அந்த எண்ணத்தின் உணர்வை உள்வாங்கி கொண்ட அடுத்த விநாடியில், அதே உணர்வை கொடுக்கும் நிகழ்வுகளை உங்கள் வாழ்விற்கு கொடுக்கும். இதில் சுவாரஸ்யமான விஷயம் என்னவெனில் அந்த உணர்வு நேர்மறையான தன்மை கொண்டதா ? அல்லது எதிர்மறையான

தன்மை கொண்டதா ? என்பதை கணித்து கொண்டிருப்பது உங்கள் ஆழ்மனதின் வேலையில்லை.

'அழுகை, சோகம், கோபம், வெறுப்பு, வன்மம் இவை எல்லாமும் தான், ஒரு மனிதனுக்கு எதிர் மறையான உணர்வுகள்'

'அன்பு, சிறப்பு, ஆனந்தம், கொண்டாட்டம் இவை யாவும் நேர்மறையான உணர்வுகள் ஆகும்'

இத்தகைய உணர்வுகளை தரும் எண்ணங்களை நீங்கள் அதீதமாக உங்கள் ஆழ் மனதிற்க்கு கொடுத்தால், அந்த உணர்வுகளை மட்டுமே உள்வாங்கி கொண்டு அதற்கு சம்பந்தமான நிகழ்வுகளை உங்கள் வெளிப்புற வாழ்வில் நிகழ செய்துவிடும் உங்களின் ஆழ்மனது. எண்ணங்களின் குவிதலை முறைப்படுத்து வதற்காகத் தான் லூசிட் ட்ரீம் பயிற்சி தேவைப்படுகின்றது. இந்த லீசிட் ட்ரீம் பயிற்சியை அதிகாலைக் கனவுகளுடன் பொருத்திப் பார்க்க வேண்டும். ஏனெனில் அதிகாலைக் கனவுகள் தாம், வாழ்வில் நடந்தேறவிருக்கும் நல்ல மற்றும் கெட்ட காரியங்களை நிகழ்த்துவதற்கான திறவு வாயிலாக இருக்கும். அதாவது கனவுகளில் இருவகைகள் உண்டு. முதல் வகை கனவுகளில், நீங்கள் உங்கள் கனவுகளில் ஒரு அங்கமாக (Character) ஆக இருப்பீர்கள். இரண்டாம் வகை கனவுகளில் நீங்கள் கதாபாத்திரமாக இல்லாமல், வெறுமனே பார்வையாளராக மட்டுமே இருப்பீர்கள்.

4 - நீங்களும் செல்வந்தர் ஆகலாம்

கனவுகளின் முதல் வகையில் நீங்களே கதாபாத்திரமாக இருப்பீர்கள். அந்த கனவுகள் மட்டுந்தான் லீசிட் டிரீமிங் பயிற்சிக்கு ஏற்ற தளமாக எடுத்துக் கொள்ள முடியும். காரணம், அந்த கனவினை உங்களால் கட்டுப்படுத்த முடியும். அது உங்களின் கற்பனையிலிருந்து (Imagine) தோன்றுகின்றது.

ஆனால், இரண்டாம் வகை கனவுகள் அப்படியானதல்ல. அந்த கனவுகளில் நீங்கள் வெறும் பார்வையாளர் மட்டுந்தான். அந்த கனவுகளை உங்களால் கட்டுப்படுத்த முடியாது. அதில் சம்பந்தமில்லாத பல கதாபாத்திரங்களும், குழப்பமடையச் செய்யும் பல்வேறு நிகழ்வுகளும் நடந்தேறும். நம்மால் வெறுமனே பார்வையாளராக மட்டுமே இருக்க முடியும் தவிர, பங்குபெற முடியாது. இது நமது கட்டுபாட்டிற்கும் பிரஞ்ஞைக்கும் அப்பாற்றட்டு தோன்றுகின்றது. இந்த கனவுகள்

நமது நினைவகத்திலிருந்து (Memory) தோன்றுகின்றது. அதாவது, நமது நினைவுகளில் படிந்துள்ள கெட்ட மற்றும் நல்ல சம்பவங்களின் தொகுப்பாக மூளையில் ஒரே பகுதியில் சேமிக்கப்படுகின்றது. இந்த இரண்டாம் வகை கனவுகள் வரும் போது நல்லதும் கெட்டதும் பிரித்தறிய முடியாத வண்ணம் குழப்பமடைச் செய்கிறது. எனவே, இதுபோன்ற கனவுகளில் நாம் வெறுமனே பார்வையாளராக மட்டு இருக்க முடியும். உதாரணமாக, குழந்தைகளுக்கு அடிக்கடி வந்து அச்சுறுத்தும் நைட் மேர் கனவுகள் ஆகும்.

ஆனால் நம் பயிற்சிக்கு முதல் வகை கனவுகளை மட்டுமே எடுத்துக் கொள்ள வேண்டும். இந்த கனவுகள் தாம், நம்முடைய கற்பனையிலிருந்து தோன்றுகின்றன. அதாவது, நம்முடைய இலட்சியம், நம்முடைய வாழ்வின் இலக்கு, நம்முடைய ஆசைகள், விருப்பங்கள், கனவுகள் இவையாவையும் கொண்ட தொகுப்பு. இந்த தொகுப்பிலிருந்து நீங்கள் காணும் கனவில் நீங்களும் ஒரு அங்கமாக இருப்பீர்கள். பெரும்பாலும் இதுபோன்ற கனவுகள், விடியற்காலையில் தான் பெரும்பாலும் தோன்றக் கூடியது. இந்த விடியற்காலை கனவுகளைத் தான் 'ரெம் தூக்க' நிலை அதாவது தூக்கத்தின் 'ரெம் நிலை' என்று அழைப்பார்கள்.

இந்த ரெம் நிலையில் காணப்படும் கனவுகளை நீங்கள் கட்டுப்படுத்த முடியும். கதாபாத்திரமாக நீங்களே உங்களுடைய

இயக்கத்தில் உருவான திரைப்படத்தில் நடிக்கும் போது, உங்களுக்கான முழு சுதந்திரமும் இருக்கும் தானே ?! இதைப்போலத் தான் ரெம் தூக்கத்தில் வரும் கனவுகளை கட்டுப்படுத்தி, அக்கனவுகளில் நீங்கள் என்ன செய்ய வேண்டும் ?! என்பதை நீங்களே முடிவு செய்ய முடியும். உங்களால் கட்டுப்படுத்தப்பட்ட அந்த கனவுகளுக்கு பெயர் தான் 'லீசிட் டிரீம்' என்று அழைப்பார்கள்.

தினசரி தூங்கும் முன் மனதினை இதமாகவும் அமைதியாகவும் வைத்துக் கொண்டு, ஒரு காகிதத்தில் இவ்வாறு எழுதிப் படியுங்கள். அதாவது, 'இன்னறைக்கு நான் காணும் கனவில் என்னுடைய கதாப்பாத்திரம் முழுவதும் எனது முழு கட்டுப்பாட்டின் கீழ் இருத்தல் வேண்டும்' என எழுதி வாசித்துவிட்டு படுக்கைக்கு சென்றுவிடுங்கள். சுமார் இருபத்தியொரு நாட்களுக்குப் தொடர்ந்து இதேபோன்ற பிரார்த்தனையை செய்யும் போது, விடியற்காலைக் கனவுகளை மெல்ல மெல்லமாக உங்களின் கட்டுபாட்டின் கீழ் கொண்டுவர முடியும். இருபத்தியொரெ நாள் பிரார்த்தனைக்கு பிறகு, தாமாகவே கனவுகள் வரும் பொழுது, உங்களுடைய மூளையானது விழித்துக் கொள்ள துவங்கும். அதாவது, கனவு காணும் போதே, நாம் கனவுதான் கண்டு கொண்டிருக்கிறோம்' என்கிற பிரஞ்ஞை உங்களுக்குள் வந்து சேர்ந்துவிடும். பிறகு உங்களின் கனவினை நீங்களே கட்டுப்படுத்தும் திறனை வளர்த்துக் கொள்ளுங்கள்.

உதாரணமாக புதிதான ஒரு நபர் வீடியோ கேம் விளையடுவதைப் போலத்தான். லீசிட் டிரீம் கனவுகளை நீங்கள் படிப்படியாகத்தான் உங்களில் கட்டுப்பாட்டின் கீழ் கொண்டுவர இயலும். அவ்வாறு உங்களின் கனவுகளை உங்கள் கட்டுப்பாட்டில் கொண்டுவந்து கனவு காண ஆரம்பித்தால், அது நிஜத்திலும் இநல்பாகவே நடந்தேறும். ஆரம்பத்தில் கணவில் ஒரு அங்கமாக (கதாபாத்திரமாக) இருந்த நீங்கள்ஒள நாளடைவில் கனவுகளையே உருவாக்கும். சக்தி கொண்டவராக மாறிப் போயிருப்பீர்கள். அதாவது, கனவின் சுற்றுப்புறம், சூழல், சம்பவங்கள், கதாபாத்திர தேர்வு என, ஒரு நாடக இயக்குநருக்கு வழங்கப்படும் எல்லா சுதந்திரமான தகுதியும், உங்களை வந்து சேர்ந்துவிடும்.

நீங்கள் விரும்பினால் நீங்களும் செல்வந்தர் ஆக முடியும்

உங்களால் செல்வத்தை மிக எளிதாக ஈர்க்க முடியும். ஏனென்றால் செல்வம் என்பது உங்களுடைய மனப்பாங்கை பொறுத்தது. உங்களுக்கு குறுகிய மனநிலை இருந்தால் உங்களால் எப்பொழுதும் செல்வத்தை அடைய முடியாது; அதுவே உங்களது மனநிலையை நேர்மறையாக மாற்றிக் கொண்டு, அதாவது **'எனக்கு எல்லாமும் தகுதியானது தான்' 'நான் அனைத்திற்கும் தகுதியானவர் தான்'** என்கிற மனநிலையை நீங்கள் வளர்க்கும் பொழுது உங்களால்

மிகச்சுலபமாக செல்வத்தை ஈர்க்க முடியும். 'எல்லாமும் என் தலைவிதி' என்ற வசனத்தை அடிக்கடி உச்சரிக்கும் ஒருவராக கூட நீங்கள் இருக்கலாம். ஆனால் இந்த வாசகத்தினை யாரை பார்த்து நீங்கள் உச்சரித்துக் கொண்டு இருக்கிறீர்கள் என்பதை திரும்பி பாருங்கள். கடவுளை பழி கூறி கொண்டும் இயற்கையின் யதார்த்தத்தை குற்றஞ் சுமத்திக் கொண்டும் இருக்கிறீர்கள். உங்கள் மனம் என்றைக்கு முதிர்ச்சி அடைகின்றதோ அன்றைக்குத் தான் நீங்கள் இந்த வகையான வசனத்தினை உச்சரிப்பதை நிறுத்துவீர்கள்.

'வெவ்வேறு மனங்களினால் உருவாக்கப்பட்ட ஓரே உலகில் தான் சொர்க்கமும் நரகமும் இருக்கின்றன' — எமர்சன்

1. என் வாழ்க்கை தலைகீழாக இருக்கின்றது.
2. என் மனதில் நிம்மதியே இல்லாமல் இருக்கின்றது.
3. நான் பிறந்ததே தவறு. — என்று

இது போல உங்கள் வாழ்வில் உங்களுக்கு நடக்கும் சில சம்பவங்களை குறிப்பாக, உங்களுக்கு பிடிக்காத நீங்கள் விரும்பாத சில நிகழ்வுகளை எண்ணிக்கையில் எடுத்துக்கொண்டு அதற்காக வருந்திக்கொண்டே இருக்கும் போது அது உங்கள் வாழ்வில் திரும்ப திரும்ப நிகழ்ந்துக்கொண்டே தான் இருக்கும். ஏனெனில் உங்கள் எண்ணங்களின் குவியலில் மீண்டும் மீண்டும் பதிவாகும் ஒரு குறிப்பிட்ட

உணர்வு தான் உங்கள் வாழ்க்கையில் பின் தொடரும்.

'பணம் இது வெறும் காகிதம் அல்ல. இது ஒரு நாணயம். இதுவரை நம்பிக்கை. நம்பிக்கை மாத்திரமே அல்ல; காதலுங் கூட; பணம் இது மனிதனின் சக்தி. மனிதனின் வெற்றி; பணம் தான் ஞானம்; அறிவு; உலகை அடக்கி ஆழும் ஆளுமை என எல்லாமுமாக உள்ளது'

— இன்னும் சொல்ல போனால், பணம் இல்லாதவருக்கு பொருள் ஏதுமில்லை. அதாவது பொருள் பொதிந்த வாழ்க்கை இருப்பதில்லை. ஆகவே பணம் தான் கடவுள். கடவுளை ஒரு சொல்லில் வரையறுக்க முடியாது. அதேபோல பணத்தையும் ஒரு சொல்லுக்குள் வரையறுக்க முடியாது. அடக்கிவிடவும் முடியாது. பணம் தான் கடவுளின் மெட்டாபோர் (உருவகம்) ஆகும். ஆகையால் அந்த பணத்தினை எவ்வாறு ஈர்ப்பது ?

இதுவரையில் எந்த ஒரு அறிவுஜீவியும் பணத்திற்கான முழுவிளக்கத்தினை வழங்கியது கிடையாது. கிட்டத்தட்ட கடவுளுக்கான விளக்கம் போன்றது தான். இதனை யாராலும் இனி கொடுக்கவும் முடியாது. ஆனால் உணர்ந்து உய்தறிய முடியும். கடவுளின் தோற்றத்தினை குறித்து வரையறுக்கும்போது, பணத்திற்கான எல்லா அங்களையும் அது இநல்பாகவே கொண்டிருக்கும். ஆகையால் தான் புராதானமான கோவில்களும்

தேவாலையங்களும் பண்டகய காலம் முதல் இன்றுவரை வணிக நோக்கம் கொண்ட, செல்வம் கொழிக்கும் கஜனாக்களாக இருக்கின்றன. இருந்திருக்கின்றன. அப்பேற்பட்ட பணத்தினை ஈர்ப்பது வெகு சுலபமான காரியம் தான். ஆனால், அதனை முதலில் புரிந்து கொள்ள வேண்டும்.

உலகப் பெரும் பணக்காரர்களான ரோத்சைல்டும், ராக்கர்பெல்லரும் பணத்தினை காதலிக்கவில்லை. பணத்திற்கான தேவையையும் குகிக்கோளையுமே காதலித்தனர். பணத்திற்கான குறிக்கோளை காதல் செய்யுங்கள். பணமும் உங்களை காதல் செய்யும். பணம் படைத்தவருக்கு இப்பிரபஞ்சம் வளைந்து கொடுக்கும். பணம் வேண்டுமென்றால் பணத்தை நேசிப்பதை விடுத்துஒள அதன் தேவையையும் குறிக்கோளையும் காதலிக்க வேண்டும். அதாவது, பணக்காரனாக வேண்டும் என்றால், பணக்காரனாகவே மாறி வாழ வேண்டும் என்பதே பணத்தின் கோட்பாடு ஆகும். அதாவதுஒள ஒரு நாடக நடிகர், தன்னுடைய இநல்பு நிலை மறந்து, நாடகத்தின் கதாபாத்திரமாகவே மாறி நிடிப்பதை போல, பணக்காரணாக வாழ வேண்டுமென்று ஆசைகொண்டால், நாம் முதலில் பணக்காரணுக்கான அத்துனை குணநலன்களையும் ஒத்திகை பார்த்துக் கொள்ள வேண்டும். பணம் யாரிடம் இருக்கிறதோ அந்தப் பணக்காரனிடம் தான்

மீண்டும் மீண்டும் பணம் சேர்ந்து கொண்டே இருக்கும். ஏனென்றால் பணத்தைப் பற்றிய எண்ணத்தைவிட அதன்மீதான குறிக்கோளே அவர்களுக்கு உயர்வானதாக இருக்கின்றது.

மனிதர்களுக்கு எப்பொழுதுமே ஒப்பிட்டுப் பார்க்கும் மனநிலை உண்டு. அதிலும் ஏழ்மையான வாழ்க்கையை வாழும் மனிதர்களுக்கு தன்னை இன்னொரு மனிதரோடு ஒப்பிட்டுப் பார்க்கும் மனநிலை இயற்கையாகவே உண்டு. இந்த ஒப்பீட்டு மனநிலை தன்னிடத்தில் இருக்கும் வரை ஏழ்மையானவர் எப்பொழுதும் முன்னேறி வர முடியாது. ஆகையால் நீங்கள் பிறருடன் உங்களை ஒப்பிமுவதை விடுத்து, உங்களை நீங்களே மன அளவில் உயர்த்திக் கொள்ள வேண்டும். தன்னிடம் பணமில்லை, பொருள் இல்லை என்றாலும்கூட பணக்காரரின் இடத்தில் உங்களை வைத்து ஒத்திகை பார்க்கும் பொழுது, உங்கள் மனம் முழுவதுமாக உயர்வானதாகவே மாறிப்போய்விடும்.

பணத்தைப் பற்றிய உங்களுடைய சிந்தனை, எண்ணம் இவை அனைத்தும் நேர்மறையானதாக இருக்க வேண்டும். உங்களது குறுகிய மனப்பாங்கு இன்றோடு விட்டொழிக்க நீங்கள் தயாரான நிலையில் இருக்க வேண்டியது அவசியம். நீங்கள் செல்வந்தராக உருவெடுக்க சரியான மனப்பாங்கை உருவாக்கி கொண்ட பிறகு நீங்கள் செய்ய வேண்டிய பயிற்சி இதோ ;

அதிகாலையில் அதாவது பிரம்ம முகூர்த்த நேரம் என்று அழைக்கப்படும் மூன்று முப்பது மணியிலிருந்து ஐந்து முப்பது மணிக்குள் ஒரு குறிப்பிட்ட கால அளவில் தூக்கதிலிருந்து எழ முயற்சி செய்யுங்கள். இந்த நேரத்தில் நீங்கள் கண் விழித்த பிறகு அப்படியே படுக்கையில் இருக்க வேண்டாம், எழுந்து சென்று குளிக்க ஆரம்பியுங்கள். உங்கள் தேகத்தை தண்ணீரால் சுத்தம் செய்ய வேண்டும். உங்களது உடல் முழுவதும் தண்ணீர் பரவும் பொழுது, இவ்வாறான வார்த்தைகளை மனதுக்குள் உங்களது முழு உணர்வையும் பயன்படுத்தி உச்சரியுங்கள்.

'நான் மன அளவிலும் உடல் அளவிலும் மிக ஆரோக்கியமாக இருக்கின்றேன்,

எனது மனம் மிக நிம்மதியாக இருக்கிறது,

நான் பணத்தையும் செல்வத்தையும் ஈர்த்துக் கொண்டே இருக்கின்றேன்,

நான் செல்வத்தை ஈர்க்கும் காந்தமாக மாறி விட்டேன்,

பணத்தை நான் காதல் செய்கிறேன்; பணமும் என்னை காதல் செய்கிறது'

— இதுபோன்ற உறுதிமொழிகளை உங்களது மனதிற்குள் முழு உணர்வையும் பயன்படுத்தி திரும்பத் திரும்ப உச்சரிக்க ஆரம்பியுங்கள். இவ்வாறு நீங்கள் அதிகாலை நேரத்தைப்

பயன்படுத்தி இந்த பயிற்சியை தொடர்ந்து செய்யும் பொழுது உங்களால் மிக எளிதாக செல்வத்தை ஈர்க்கும் தன்மையை பெற்றுவிட முடியும்.

தண்ணீருக்கு உங்களது உணர்வுகளை புரிந்து கொள்ளும் சக்தி இருக்கின்றது. ஆகையால், தண்ணீர் உங்கள் மன அதிர்வுகளை கட்டுப் படுத்துகிறது. தண்ணீர் உங்களை அறிவுப் பூர்வமானவராகவும் ஆரோக்கிய மானவராகவும் செல்வந்தராகவும் நினைத்ததை ஈர்க்கும் சக்தி கொண்ட காந்த தன்மைகொண்ட அதிசய நபராகவும் உங்களை மாற்றிவிடுகின்றது. அது மட்டுமில்லாமல் அதிகாலை நேரத்தில் உங்களது மனம் மிகுந்த மற்றும் குறைவான அதிர்வலைகளை மட்டுமே வெளிப்படுத்துகின்றது. இந்த நேரம் தான் உங்களது ஆழ்மனதிடம் நீங்கள் உரையாடும் சரியான நேரம் ஆகும். உங்கள் மனதினை நேரடியாக பிரபஞ்சத்தோடு இணைக்கும் சந்தர்ப்பமும் இந்நேரத்தில் தான் சாத்தியமாகும். இந்த நேரத்தில் நீங்கள் பிரபஞ்சத்தோடு மிக எளிதாக உங்களது ஆசைகளையும் விருப்பங்களையும் கேட்டு பெற்றுக் கொள்ள இயலும். உங்களது ஆசைகளை நிறைவேற்றுவது தான் இந்த பிரபஞ்சத்தின் இயல்பும் கூட.

'உங்களின் மனது எதனை விரும்புகின்றதோ, அதனையே உங்களின் எதிர்காலமாகவும் கற்பனை செய்து வாழ்ந்துகொண்டிருக்கிறீர்கள்' — கௌதம புத்தர்

5 - ஆழமான விருப்பமே ஈர்ப்பு விதியின் இரகசியம்

'நீங்கள் எண்ணங்களை உருவாக்குக்கின்றீர்கள். எண்ணங்கள் உங்களின் நோக்கங்களை உருவாக்குகின்றன. நோக்கங்களே உங்களின் யதார்த்தத்தை தீர்மானிக்கின்றன'

விருப்பத்திற்கும் ஆசைக்கும் கனவிற்கும் நிறைய வித்தியாசங்கள இருக்கின்றன. வேறுபாடுகள் இருக்கின்றன. விருப்பம் என்பது உங்களின் மனதில் எழும் தர்க்கப்பூர்வமான எண்ணம் ஆகும். எடுத்துக்காட்டாக, 'ஒரு பொருளை நம்மால் அடைய முடியுமென்கிற நம்பிக்கை'. கனவு என்பது, நம்முடைய வாழ்நாள் சாதனையாக நாம் கருதும் நிழ்காலத்தில் இல்லாத வாழ்க்கை. எடுத்துகாட்டாக, நான் டாக்டராக வேண்டும், அல்லது எஞ்சினியர் ஆக வேண்டுமென்கிற இலட்சியங்கள். ஆசை

என்பது, நம்முடைய தூக்க கனவிலும் நடந்தேறாத பிரயோஜனமற்ற எண்ணங்கள். எடுத்துக்காட்டாக, 'நான் உலகிலேயே மிகப் பெரும் பணக்காரணாக வேண்டும்' என நினைப்பது.

ஈர்ப்பு விதியின் நோக்கமே, மனித மனம் எதனை வேண்டிக் கேட்கிறதோ, அதனை வழங்குவது தான். ஆனால், ஆசைகளுக்கும் இலட்சியங்களுக்கும் அது இடம் தருவதில்லை. ஏனெனில் ஆணை என்பது, நம்முடைய அறிவிற்கு அப்பாற்பட்டது. 'சூப்பர் மேனாக மாறி வானத்தில் வட்டமடிக்க வேண்டுமென்று ஆசைப்படலாம்' ஆனால் அதற்கான தர்க்கப்பூர்வமான அறிவு நம்மிடத்தில் இருந்தாக வேண்டும். ஒரு பறவையிடத்தில் அந்த தர்க்கப்பூர்வமான அறிவு காணப்படுகின்றது. அதனால் அது வானத்தில் இறக்கையுடன் பறந்து செல்கின்றது.

அதேபோல கனவு எனச்சொல்லப்படுகிற இலட்சியத்திற்கும், ஈர்ப்பு விதியினால் பலன் குறைவாகவே உண்டு. ஏனெனில் தேக்கி வைக்கப்பட்ட கனவுகளின் தொகுப்பாக நமது மனது செயல்பட்டு கொண்டிருக்கும். அதே நேரத்தில் தர்க்கப்பூர்வமாகவும் சிந்திக்கும். ஏற்கனவே சொன்ன கதையின் படி, துக்கானுக்கு விருப்பமெல்லாம் நல்ல வாழ்க்கையை அமைத்துக் கொள்வது தான். ஆனால் அதனை அவன் தர்க்கப்பூர்வமாக அடைய எண்ணுகிறான். அதாவது, நன்கு

படித்து முடித்துஒள ஓரிடத்தில் வேலைசெய்து, மிகுந்த கஷ்டப்பட்டு பின்னர், தன்னுடைய வாழ்க்கையை செழுமையாக மாற்றிக் கொள்வதென்பது, துக்கானுடைய கனவு இலட்சியம். ஆகவே அவன் விருப்பப்பட்டிருந்தால் அவனுக்கு நல்ல வாழ்க்கை எளிமையாக கிடைத்திருக்கும். ஆனால், அவன் தர்க்கப்பூர்வாமாக அதனை அடைய எண்ணுகிறான். அந்த தர்க்கபூர்வமான சிந்தனை தான் அவனின் இலட்சியமாகவும் கனவாகவும் உதமாகின்றது.

ஆகவே, நீங்கள் உங்களது விருப்பத்தை தேர்வு செய்யுங்கள். தர்க்கத்திற்கும், தர்க்கமற்ற சிந்தனைக்கும் இடம் தர வேண்டாம். யதார்த்தோடு பொருந்திய விருப்பத்தினை மனதில் விதையுங்கள். ஒரு பூச்செடியினை மண்ணில. விதைத்துவிட்டு, வாழ்நாள் முழுவதிலுமா தண்ணீர் ஊற்றிக் கொண்டிருப்பீர்கள் ?! அப்படி ஊற்றிக் கொண்டிருந்தால், உங்களுக்கும் பிரயோஜனமில்லை, அந்த பூச்செடிக்கும் பிரயோஜனமில்லை.

பூச்செடிகள் தங்களது பூக்களை குறுகிய காலகட்டத்திலேயே பலனாக தரத் தொடங்கிவிடும். அதைப்போலத்தான் நம்முடைய ஆழமான விருப்பமும். எப்படி விதைப்போடுகிறோம் எந்த நிலத்தில் விதை விதைக்கிறோம் என்பதைப் பொறுத்தே, பூச்செடியின் பலன் இருக்குமானால், அதைப்போலவே ஆழமான விருப்பத்தினை

மட்டுமே ஆழ்மனதில் விதைத்து விடுங்கள். அதன் பலனை கூடியவிரைவிலேயே ஈர்ப்பு விதியின் உதவியுடன் அடைவீர்கள்.

காதலும் ஈர்ப்பு விதியும்

மனிதர்களின் வாழ்க்கை ஆரம்பிக்கும் முதலே மன தாக்கத்துக்கு உட்படுத்தபடுகிறார்கள். முதல் தோல்வியே காதலாக மாறுகிறது. சிலர் காதலை தாண்டி வாழ்க்கையில் பல சாதனைகள் பற்றிய எண்ணத்தை கொண்டு செல்வார்கள். ஆனால் பலர் காதல் தான் வாழ்வின் மிக பெரிய சாதனையே என்று முடிவு செய்கிறார்கள். இன்னும் சிலர் காதலில் முதலில் வெற்றியை காண்கிறேன் பிறகு வேறு காரியங்களில் ஈடுபடுகிறேன் என்று திட்டமிட்டு வாழ்கிறார்கள். எனவே காதலில் ஈர்ப்பு விதியின் பங்கு என்ன என்பதையும் ஈர்ப்பு விதியை பயன்படுத்தி காதலை அடைவது எப்படி என்பதையும் பார்க்கலாம்.

நெருக்கமான நபரை உங்கள் பேச்சை கேட்க வைப்பது மிகமிக எளிது. இந்த முறையை பயன்படுத்த நீங்கள் உங்கள் ஆழ்மனதை தயாரான நிலையில் பதபடுத்தி வைத்திருக்க வேண்டியது அவசியம்.

பயிற்சி 1 (தியானம்)

அதிகாலையில் ஐந்து மணி அளவில் எழுந்து உங்கள் உடலை ஆசுவாசப்படுத்திக் கொள்ளுங்கள் பின் உங்கள் வீட்டின் ஒரு அமைதியான இடத்தில் அமர்ந்து முதல் ஐந்து

நிமிடத்திற்கு மூச்சு பயிற்சி செய்யுங்கள், பின் உங்கள் வலது கையை இதயத்தின் மேலும் இடது கையை எடுத்து வயிற்று பகுதிகளில் வைத்து இதய துடிப்பை கவனியுங்கள் இதய துடிப்பின் மீது மட்டுமே உங்கள் கவனம் இருக்க வேண்டும் இடையில் கவன சிதறல் ஏற்படலாம் ஆனாலும் நீங்கள் உங்கள் மனதோடு சண்டையிட வேண்டாம்.

மாறாக அந்த கவன சிதறல் எதை நோக்கி செல்கிறதோ அதோடு செல்லுங்கள் பின் நாட்களில் கவன சிதறல் ஒரு முடிவிற்கு வரும். எனவே இனி நீங்கள் உங்கள் உள்ளுணர்வை புரிந்து கொள்ளும் நிலையை அடைவீர்கள். உள்ளுணர்வை கவனிப்பதே ஈர்ப்பு விதிக்கு அடித்தளம். இதய துடிப்பை உன்னிப்பாக கவனிக்க உங்களால் முடிந்தால் நீங்கள் ஒரு நபரை ஈர்க்கும் தன்மையை அடைந்து விட்டீர்கள்.

இவ்வாறு நீங்கள் உங்கள் ஆழ்மனதைப் பயன்படுத்தி ஒரு நபரை நினைத்து நீங்கள் உங்களது உணர்வுகளை வெளிப்படுத்தும் போது அந்த உணர்வில் இருந்து ஓர் அதிர்வு உருவெடுக்கிறது. இந்த அதிர்வுகளே உங்களது அந்த நபரிடம் சென்றடைகிறது. இவ்வாறு நீங்கள் இருபத்தி ஒரு நாட்களுக்கு பின் தொடரும் பொழுது நீங்கள் வெளிபடுத்தும் அதிர்வலைகள் மீண்டும் மீண்டும் உங்களது அந்தக் குறிப்பிட்ட நபரின் எண்ணங்களுக்கு செலுத்தப்பட்டு அவரே உங்களை தொடர்பு கொள்ள முற்படுவார்.

பயிற்சி 2 (காட்சி படுத்துதல்)

நீங்கள் என்ன செய்ய விரும்புகிறீர்கள் என்பதை உங்கள் மனதில் காட்சிப்படுத்தல் செய்யும்போது அது நிச்சயமாக நடந்தேறும். முன்பு சொன்னதைப்போலவே ஒரு நடிகராக இருங்கள், பார்வை யாளர்களாக அல்ல.

உங்களுக்கு மிகவும் வசதியான ஆசுவாசமான ஓரிடத்தில் உட்காருங்கள் அல்லது வசதியான நிலையில் படுத்துக் கொள்ளுங்கள். கண்களை மூடிக்கொண்டு, நீங்கள் விரும்பும் எந்தக் காட்சியையும் கற்பனை செய்து பாருங்கள். நீங்கள் விரும்பும் ஒன்றிற்காக, விருப்பப்படும் ஒன்றினைக் குறித்து காட்சிப்படுத்த வேண்டியதில்லை.

சாதாரணமாக ஒரு காபி சாப்பிடுவதை நீங்கள் கற்பனை செய்யலாம் அது போதுமானது. ஒரு நடிகராக இந்த காட்சியில் இருங்கள்; நீங்கள் உங்கள் கையில் ஒரு கோப்பை காபியுடன் ஒரு பெஞ்சில் அமர்ந்திருப்பதாக கற்பனை செய்து கொள்ளுங்கள். உங்கள் கையால் காபி கோப்பையை உங்கள் முகத்திற்கு உயர்த்துவதை உங்கள் கண்களால் பார்வையிடுங்கள்; சிறிது நேர காலத்திற்குப் பிறகு, உண்மைநாகவே ஒரு கோப்பை காபியின் சுவைநினை உங்களது, உதடு தொட்டுணரத் தொடங்கிவிடும். உங்களின் யாவும் கிபியும் சுவையை வெளிப்படுத்த

தொடங்கும். இதைப்போலவே நீங்கள் விரும்பும் எந்த காட்சியையும் நீங்கள் செய்து பார்க்கலாம். இதைப்போலவே இருப்பதியொரு நாட்களுக்கு தொடர்ந்து செய்யும் பொழுது, உங்கள் விருப்பத்தின் வெளிப்பாடு செயல்முறை வடிவம் பெற்று பயனுள்ளதாக மாறிப் போய்விடும்.

பயிற்சி 3 (உறுதி மொழிகள்)

"நான் பணக்காரன் ஆகப்போகிறேன்" போன்ற உறுதிமொழிகளை நீங்கள் பயன்படுத்துவதை விட, 'நான் பணக்காரனாக வாழ்ந்து கொண்டிருக்கிறேன்' என்ற உறுதிமொழியை அனுதினமும் ஜபியுங்கள். மாறாக 'பணக்காரனாக ஆக வேண்டும்' என நீங்கள் சொல்லும்போது உடனடியாக அதை எதிர்த்துப் போராடத் தொடங்குவீர்கள். உங்களுக்குள்ளேயே பொய் சொல்வதன் அழுத்தத்தை நீங்கள் உணரத் தொடங்குவீர்கள். ஈர்ப்பு விதியில் ஒரேயொரு உறுதிமொழிதான் இருக்கின்றது. அதாவது, அவை ஏற்கனவே நடந்துவிட்டன என்று உங்கள் ஆழ் மனதை நீங்கள் நம்ப வைக்க வேண்டும்.

∆ எடுத்துக்காட்டாக, நீங்கள் பணக்காரராக இல்லாவிட்டுங்கூட இவ்வாறு உங்கள் ஆழ்மனதை கேட்டுக் கொள்ளுங்கள் —

'நான் எப்படி இவ்வளவு பெரிய பணக்காரனானேன்?'

'வணிகத்தில் நான் எப்படி இந்த வெற்றியைப் பெற்றேன்?'

∆ நீங்கள் நலம் குன்றியவராக இருந்தால் இவ்வாறு உங்களின் ஆழ்மனதினை கேள்வி எழுப்பிக் கொள்ளுங்கள் —
'நான் எப்படி இவ்வளவு ஆரோக்கியமாகவும் நிம்மதியாகவும் இருக்கின்றேன் ?'

∆ உங்களை எந்த பெண்ணும் ஏறெடுத்துக் கூட பார்க்கவில்லை என்று நீங்கள் நினைத்துக் கொண்டிருந்தால், உங்களின் ஆழ்மனதை இவ்வாறு கேள்வி எழுப்பிக் கொள்ளுங்கள் —
'இந்த அற்புதமான பெண் ஏன் என்னை காதலித்தாள்?'

∆ நீங்கள் சிறைபட்டு கிடந்தாலும், இவ்வாறு உங்களின் ஆழ்மனதை கேட்டுக் கொள்ளுங்கள் —
'என் வாழ்க்கையில் நான் எப்படி இவ்வளவு நல்ல பாக்கியசாலியாக மாறிப்போனேன்?'

∆ உங்களுக்கு வேலையே இல்லாமல் இருந்தாலுங்கூட, **'நான் எப்படி இவ்வளவு பெரிய உத்யோகத்தில் பதவி உயர்வு பெற்றேன்' 'நான் தொட்டதெல்லாம் தங்கமாக மாறுவது ஏன்?'**

— இதுபோன்ற எதிர்கேள்விகளை உங்களின் ஆழ்மனதிடம் கேட்க்கும் போது, நிகழ்காலத்தை மறந்து, உங்களின் எதிர்காலமே நடந்துவிட்டதாக ஆழ்மனதினை நம்ப வைத்து விடுகின்றீர்கள். ஒருவேளை,

'நான் பணக்காரனாக வேண்டும்' என்று கடவுறை கேட்பது போல, ஆழ்மனதினை கேட்டால், அது உடனே லாஜிக்கலான கேள்விகளை எழுப்பிவிடும். எப்படி நீ பணக்காரணாக முடியும் ? உன்னிடம் நல்ல வேலையும் கிடையாது; நல்ல சம்பாத்தியமும் கிடையாது பின் எப்படி நீ பணக்காரனாக முடியும் ? என்பது போன்ற லாஜிக்கலான கேள்விகளை அது எழுப்பிவிடும். ஆதலால் தான், வழக்கமான பழைய உறுதிமொழிகளை தவிர்த்துவிட்டு, கேள்வி எழுப்பக்கூடிய நேர்மறை உறுதிமொழிகளை ஜபிப்பது நல்லது.

6 - கேளுங்கள் தரப்படும் தட்டுங்கள் திறக்கப்படும்

உங்களது விருப்பம் எதுவோ, அதிலேயே நிலை பெற்றிருந்தால் போதுமானது. தவிர, அதற்கான ஸ்திரத் தன்மையுடன் முயற்சி செய்ந்த் தேவையில்லை. பசிக்கும் குழந்தை அழுதாலே போதுமானது தான், அவள் தாயிடமிருந்து அக்குழந்தைக்கு பால் கொடுக்கப்படும். இதேபோலத்தான் பிரபஞ்சத்தின் குழந்தைகளான நம்முடைய தேவையை, வெறுமனே ஒரு கூப்பாடு போட்டு கேட்டுக் கொண்டாலே போதுமானது. இப்பிரஞ்சம் உங்களுக்கு தேவையானதை வாரிவாரி கொடுக்கும். பிரஞ்சத்தின் இயல்பே, நாம் எதைக் கேட்கிறோமோ அதனை வழங்குவது மட்டுந்தான். மழைபெய்கிறது, நமக்காக அல்ல. கால்நடைகளுக்காவும் சிறு உயிரினங்களுக்காவும் மட்டுந்தான். தவிர, நகரத்தில் மழை பெய்தால் யாருக்கு லாபம்.?!

ஒவ்வொரு வாயில்லா ஜீவன்களும் தங்களுக்கு தேவைநீனவற்றை இப்பிரபஞ்சத்திடம் அனுதினமும் கேட்டு பெற்றுக் கொள்வதில்லை. மாறாக பிரபஞ்சத்துடன் அவற்றின் எண்ண ஓட்டம், ஒன்றாக கலந்திருக்கின்றது. எனவே தான் வாயில்லா ஜீவன் எதை நினைத்தாலும், அது செயல்வடிவம் பெறும் சக்திநை உள்ளடக்கியுள்ளது. உணவு வேண்டுமா ? தண்ணீர் வேண்டுமா ? நல்ல உறக்கம் வேண்டுமா ? எது தேவையோ, அதனை வாயில்லா ஜீவன்கள் வேண்டிக் கேட்காமலேயேஒள அவற்றிற்கு அவைகள் இப் பிரபஞ்சத்தினால் வழங்கப்பட்டுகின்றன.

ஆனால், ஆறறிவு பொருந்திய மனிதர்களோ, பிரபஞ்சத்திடம் மான்றாடி கேட்டுக் கொண்டிருக்கிறார்கள். **'இறைவா எனக்கெப்படியவது, இந்த வேலை கிடைத்துவிட வேண்டும்', 'நான் எப்படியாவது பணக்காரனாகிவிட வேண்டும்', 'நான் எப்படியாவது இந்த தேர்வில் வெற்றிபெற்றுவிட வேண்டும்'** — இவ்வாறு பல்வேறு கோரிக்கைகளை, இப்பிரபஞ்சத்திடம் பறிவன்புடன் பவ்யமாக வேண்டிக் கேட்கிறார்கள். இதுதான் முட்டள் தனம் ஆகும். ஏனெனில், பிரஞ்பசத்திற்கு நன்றாகவே தெரியும், நம் எண்ணங்கள் எப்பேற்பட்டது ?! நம் சிந்தனை எப்பேற்பட்டது ?! நம் தேவைகள் எப்பேற்பட்டது ?! என்று பிரபஞ்சத்திற்கு நன்றாகவே தெரியும். ஆ சகமனிதர்களை ஏமாற்றுவதைப்போல, பிரபஞ்சத்திடமும்

வேண்டி மன்றாடிக் கேட்டுக் கொண்டால் அது நிறைவேற்றப்படும் என்று தப்பு கணக்கு போடாதீர்கள். உங்களுடைய வேண்டுதலும் நிச்சயமாக நடந்தேறாது. ஏனெனில், உங்களின் சுயத்தினை மறைத்து, வெறுமனே வெற்று வார்த்தைகளாக இறைமையிடத்தில் வேண்டிம்போது, அந்த வார்த்தைகளுக்கு எந்த அதிர்வெண்களும் கிடையாது.

மனமுருகி வேண்டிக் கொள்வதாலோ, காணிக்கை ஏதேனும் செலுத்தி வேண்டிக் கொள்வதாலோ, பிரபஞ்ச வாசலினை உங்களால் திறக்கவே முடியாது. பிரபஞ்சத்திடம் கேட்கும் உங்களுக்கு, எந்த தகுதியும் தராதரமும் இருக்க வேண்டிய தேவையில்லை. மாறாக, பிரபஞ்சத்துடன் உங்களின் எண்ணங்களை ஒன்று கலந்துவிட வேண்டும். அதாவது, வாயில்லா ஜீவன்களின் எண்ண ஓட்டத்தினைப் போல, பிரபஞ்சமெனும் பெருங்கடலில் உங்களின் எண்ண ஊற்றினை, ஒன்று கலந்துவிட வேண்டும். அவ்வாறு செய்யும் பொழுது, நீங்கள் நினைத்தாலே போதும் அது உங்களுக்கு நடந்தேறுமே தவிர, வேண்டி விரும்பியெல்லாம் கேட்க தேவையில்லை. எவ்வாறு இப்பிரபஞ்சத்துடன் நம் எண்ணங்களை இணைப்பது ?!

' தியானம்' மட்டுந்தான், பிரபஞ்சத்துடன் நம் மன எண்ணங்களை இணைப்பதற்கான ஒரே வழி. தியானம் என்றால், அமைதியாக ஓரிடத்தில் அமர்ந்து கொண்டு மூச்சை

கவனித்து, பின் பிரார்த்தனை செய்வது அல்ல. எல்லா செநல்பாடுகளிலும் தியானம் செய்வது. நீங்கள் வேலைக்கு செல்லும்போது, ஒரு வேலையை செய்யும் போது, சமைக்கும் பொழுது, சாப்பிடும் பொழுது, உறங்கும் பொழுது, உட்காரும் பொழுது என எல்லாநேரங்களிலும் தியானம் செய்ய முடியும். அதாவது, தியானம் என்றால் என்ன என்பதை முதலில் தெரிந்து கொள்ளுங்கள். தியானம் என்றால் என்னவென்றால், **'முழுமையான ஈடுபாடு'** அவ்வளவு தான் தியானம். தியீனம் என்பது ஏதோ ஒன்றை செய்வதல்ல. இருக்கும் ஒன்றில், முழு ஈடுபாட்டோடு கலந்து விடுவது தான்.

ஜென் மடாலத்தில், ஒரு சீடன் குருவிடம் சென்று இவ்வாறு கேட்டானாம். **'குருவே, நான் தியானம் செய்யும் போது, சிகரெட் புகைக்கலாமா ?'** என்று கேட்டானாம். உடனே, குரு அதற்கு பதிலேதும. சொல்லாமல், ஒரு தடியை எடுத்து வெலுவெலுவென்று வெலுத்து கட்டிவிட்டாராம். அடி தாங்க முடியாமல் ஓடிச் சென்ற சீடன், மீண்டும் ஒருமுறை வந்து குருவிடம் கேட்டானாம். **'குருவே நான் சிகரெட் பிடிக்கும் போது, தியானம் செய்யட்டுமா ?!'** என்று கேட்ட அவனை, முத்மிட்டு பாராட்டி அனுப்பினாராம் குரு.

— இந்த இடத்தில் ஒரு விடையத்தை நீங்கள் புரிந்து கொள்வது அவசியம். சீடன் ஆரம்பத்தில் கேட்ட கேள்வியும், பின்னால் கேட்ட கேள்வியும், ஒரே போலத்தான்

இருக்கும் (அ) ஒரே நோக்கம் கொண்டதாகத் தான் இருக்கும். ஆனால், முதலில். அவன் கேட்ட கேள்வியை உற்று நோக்குங்கள். **'குருவே நான் தியானம் செய்யும் போது, சிகரெட் புகைக்கலாமா ?'** — இந்த கேள்வியில் தினானத்தை, அவன் ஒரு வேலையாகவே செய்கின்றான். ஆனால், தியானம் என்பது, 'சமைப்பது ஓடுவது உட்காருவது நிற்பது செயல்படுவது' போன்ற வேலைகள் அல்ல. தியானம் என்பதற்கும், வேலைக்கும் சம்பந்தமே கிடையாது. ஆனால், அதனை ஒரு வேலையாகவே எடுத்துக் கொண்டு செய்யும் போது, சிகரெட் பிடிப்பதென்பது அநாகரியமான செயலாக கருதப்பட்டது. ஆனால், பிற்பாடு கேள்வியை மாற்றிக் கேட்கிறான். **'குருவே, சிகரெட் பிடிக்கும் போது தியானம் செய்யலாமா ?!'** இந்த கேள்வியில் தியானத்தினை ஒரு பொகுட்டாகவே கருதவில்லை. வெறுமனே வேலையாக கூட அதனை கருதவில்லை. ஆக தியானத்திற்கான முழு தகுதியையும் அவன் இப்போது தான் வழங்கியிருக்கின்றான். அதாவது, தியானம் என்பது ஒரு வேலையை பணியோ கிடையாது. அது ஒரு ஈடுபாடு. முழு ஈடுபாடு. அவ்வளவுதான்.

நீங்கள் மூச்சை யிழுத்தோ, நாக்கை இருத்தியெல்லாம் பயிற்சி செய்ய தேவையில்லை. தியானம் என்பது வெறுமனே ஒரு ஈடுபாடு அவ்வளவுதான். உங்களின் ஈடுபாடு எந்தவொரு காரியத்தில், முழுமையாக இருக்கின்றதோ அந்தவொரு

காரியம் வெற்றியடைவதில் ஆச்சர்யமெதுவு மில்லையே. ஆகையால், தியானம் என்பது முழு ஈடுபாட்டோடு ஒரு காரியத்தில் ஈடுபடுவது. (அ) முழு ஈடுபாட்டோடு சிந்திப்பது பிரார்த்திப்பது; விருப்பம் கொள்வது மட்டுமே ஆகும்.

நீங்கள் குழந்தைகளாக இருந்த தருணத்தினை நினைவுகூர்ந்து பாருங்கள். சாலையில் போகும. வாகனங்களின் சப்த்த்தை கேட்டு உங்களின் சேவைகள் கூர்மையடைந்திருக்கும். அதாவது, சிறு பிள்ளையாக இருக்கும் போது, நாம் நம்மை சுற்றி நடக்கும் எல்லா சப்தங்களுக்கும் முக்கியத்தும் கொடுக்க ஆரம்பிப்போம். குருவி கத்தும் சப்தம், மணியோசை ஒலிக்கும் சப்தம், தொடர்வண்டியின் புகைச்சல் சப்தம், கையில் கூவும் சப்தம், மயில் அகவும் சப்தம் என எல்லா சப்தங்களுக்கும் முக்கியத்துவம் அளித்து வந்திருந்தோம். அந்த சப்தங்களை உள்வாங்கிக் கொண்டு குதூகலம் அடைந்திருப்போம். ஆனால், அறிவும் உடலும் வளர வளர, அந்த சப்தங்களை கேட்பதையே முழுவதிலுமாக மறந்திருப்போம். அதாவது, காலையில் எழுந்தவுடன் காக்கையின் கரைச்சலை கேட்பதற்கு கூட நமக்கு நேரம் கூடிவரவில்லை. அப்படியிருக்கும் போது, சின்னச் சின்ன சப்தங்களை கேட்பதற்கோ, முக்கியத்துவம் அளிப்பதற்கோ நமக்கேது நேரம்..?!

பிரபஞ்சத்தின் ஓசை அளப்பறியது. மனித காதுகளுக்கு எளிமையாக புலப்படக்கூடியதும் ஆகும். ஆனால், நாம் தான் அதனை மறந்துவிட்டோம். கேம்க மறுக்கிறோம். (அ) கேட்கும் திறனை இழந்துவிட்டோம். தியானம் செய்யும்போது, அதாவது முழு ஈடுபாட்டோடு இயங்கும் பொழுது, நிச்சயமாக இப்பிரபஞ்சத்தின் ஓசையை காதுகொடுத்து கேட்க முடியும். நம்முடைய எண்ண ஓட்டத்தையும் அதனுடன் இணைத்துவிட முடியும்.

இன்றிலிருந்து நீங்கள் கவனிக்க ஆரம்பியுங்கள். கவனமே, உங்களின் முழு ஈடுபாட்டிற்கு வழி வகை செய்யும். அதனால் தான் எளிமையான உதாரணமாக புத்தரால், மூச்சை கவனிக்கும் பயிற்சி அறிமுகப்படுத்தப்பட்டது. இந்த இடத்தில் தான. நாம் தவறு செய்கிறோம். அதாவது, மூச்சை கவனிப்பது என்பது ஒரு தியானமாகவும், அதையே தொடர்ந்தும் செய்து கொண்டிருக்கின்றோம். நீங்கள் ஒன்றாம் வகுப்பிற்கு படிப்பதற்காக பள்ளிக்கு செல்கின்றீர்கள். அங்கு உங்களுக்கு என்ன கற்றுத் தரப்படுகின்றது ?!

அகர வரிசையும் (ABC) எண்களும் (123) கற்றுத்தரப்படுகின்றது. இதுதான் ஆரம்ப கல்வியின் நோக்கமும் கூட. தற்போது நீங்கள் பட்டையப்படிப்பை படித்துக் கொண்டிருக்கிறீர்கள் என வைத்துக் கொள்வோம். அங்கு தேர்வில் கேட்கப்படும்

கேள்விகளுக்கு, ABCD-யைஒ, (அ) 123-யையோ எழுதினால், நீங்கள் தேர்வில் வெற்றிபெற முடியுமா ?! இதைப்போன்றது தான் மூச்சுப் பயிற்சியும். மூச்சுப் பயிற்சி என்பது உங்களை விழிப்படைய செய்வதற்கான ஆரம்பகால கல்வி. ABCD-ஐ போல.

நீங்கள் இப்போது வளர்ந்துவிட்டிருக்கிறீர்கள். நிறைய அனுபவங்களை பெற்றிருக்கிறீர்கள். உங்களுக்கு எதற்கு இனி ABCD. ? ABCD-யின் நோக்கம் என்ன ? இதை முதலில் கற்றுக் கொண்டால் தான் எழுத முடியும், படிக்க முடியும். அதைப்போலத்தான் மூச்சு பயிற்சியின் நோக்கம் என்னவெனில், நம்முடைய எல்லா காரியத்திலும் செயல்களிலும் மூச்சை கவனிப்பதைப் போலவே, எல்லா நேரத்திலும் எல்லா கணப. பொழுதிலும் விழிப்புடன் இருக்க வேண்டும். இதற்கான ஆரம்பகால காரண கர்த்தாவாகத் தான் மூச்சு பயிற்சி இருக்கின்றதே தவிர, இன்னமும் ஒன்றும். வகுப்பிலேயே இருந்துவிட உங்களுக்கு விருப்பமா ?!

ஆக, தியானம் என்பது மூச்சை கவனிப்பது போல எல்லா விடையங்களிலும் கவனத்துடனும், விழிப்புடனும் இருப்பது தான். அதற்கு மூச்சை மட்டுமல்ல, முன். சொன்னதைப்போல சின்னச் சின்ன சப்தங்களையும் கவனிக்கத் தொடங்குங்கள். சின்னச் சின்ன சப்தங்களின் மீது ஈடுபாட்டுடன் நோக்குங்கள். அதனை

குறிப்பெடுத்துக் கொள்ளுங்கள். நாளடைவில் உங்களைச் சுற்றி ஒலிக்கும் எல்லா ஓசைகளையும் துல்லயமாக கேட்கும் திறனை எளிதாக அடைந்திருப்பீர்கள். இங்குதான் மூச்சு பயிற்சியில் செய்த அதே தவறை மீண்டும் செய்யாமல் தவிருங்கள். அதாவது, சின்னச் சின்ன சப்தங்களைக் கேட்பது மட்டுமில்லாமால், சின்னச் சின்ன செய்றகளுக்கும் 'பார்த்தல், நுகர்தல், ருசித்தல்' என எல்லா உணர்வுகளுகளையும் முழு ஈடுபாட்டுடன் நோக்க கவனிக்க தொடங்குங்கள். நாளடைவில் இதுவே உங்களின் இநல்பாகவும் மாறிப் போய்விடும். நாடளடைவில் பிரபஞ்சத்தின் ஓசையை கேட்கும் திறன் உங்களுக்கு வந்து சேர்ந்துவிடும். இது ஒரு நாளிலோ, ஓரிரு வருடங்களிலோ, பல வருடங்களிலோ, வாழ்நாளின் இறுதியில் கூட இவ்வாறான தகுதியினை நீங்கள் அடையக் கூடும். ஆனால் இப்படியாக பிரபஞ்சத்துடன் உங்களின் எண்ண ஓட்டத்தினை ஒருங்கிடைத்துவிட்டால், நீங்கள் கேட்பதை இப்பிரபஞ்சம், உங்களின் அனுமதியின்றியே வழங்கும். நீங்கள் வெறுமனே நினைத்தால் மட்டும் போதும்.

'எனக்கு பணம் இப்பொழுது தேவைப்படுகின்றது' 'எனக்கு தற்போது நல்ல ஓய்வு தேவைப்படுகின்றது' 'எனக்கு இப்போது நல்ல வேலை தேவைப்படுகின்றது' — என்று நீங்கள் நினைத்தாலே போதும், பிரபஞ்சத்திடம் மன்றாடி வேண்டவெல்லாம்

தேவையிருக்காது. வாயில்லா ஜீவன்களின் தேவையை கேட்டவுடன், இப்பிரபஞ்சம் வழங்குவதைப்போல நம்முடைய எண்ணங்களுக்கும், இப்பிரபஞ்சம் நம்முடைய அனுமதி இல்லாமலேயே செவி சாய்க்கும்.

7 - ஈர்ப்பு விதியும் அதிர்வு விதியும்

அதிர்வு விதி இல்லாமல் ஈர்ப்புவிதிக்கு உயிரே கிடையாது. எண்ணங்கள் உடைய பிரதிபலிப்பு ஈர்ப்பு விதி என்று நாம் சொல்வது தவறு அந்த எண்ணங்களில் இருந்து உருவாகும் அதிர்வுக்குத்தான் பிரதிபலிப்பு என்பதே நிதர்சனமான உண்மை. இதனை நீங்கள் சரியாகப் புரிந்து கொண்டீர்கள் என்றால் ஈர்ப்பு விதி வேறு என்றும் அதிர்வு விதியை வேறு என்றும் நீங்கள் பிரித்துப் பார்க்க மாட்டீர்கள். அதிர்வு விதையில்லாமல் ஈர்ப்பு விதி இல்லை அதிர்வலை என்ன தன்மையில் இருக்கிறதோ அது பிரதிபலிப்பு ஆகிறது.

எடுத்துக்காட்டாக எனது மாணவர்கள் சில கேள்விகளை என்னிடம் கேட்பார்கள்.

அதாவது, நான் ஒரு பேருந்தில் சென்று கொண்டிருந்தேன் அந்தப் பேருந்தில் எப்படியும் நூறு பேராவது பயணம் செய்து இருப்போம். அந்த பேருந்து ஒருவேளை

விபத்துக்குள்ளாகி விட்டால் ? நாங்கள் எல்லோரும் இறந்து விட்டால் ? என்ன செய்வது என்று எதிர்மறையாக சிந்தித்திருக்கின்றோம். இந்த சிந்தனைகள் நிஜத்தில் ஏன் நடந்தேற வில்லை? என்று கேட்கிறார்கள். இந்த இடத்தில் என்ன நடக்கிறது என்று உங்களால் புரிந்துகொள்ள முடிகிறதா?!

நாம் சிந்திக்கும் அனைத்துமே நிஜத்தில் நடப்பது கிடையாது. ஏனென்றால், அதற்கு சரியான அதிர்வலைகளை கொடுப்பதே இல்லை அது வெறுமனே எண்ண ஓட்டம் மட்டுமே. நாம் பயன்படுத்தும் ஒவ்வொரு வார்த்தைகளுக்கும் எண்ணங்களுக்கும் ஒரு சில அதிர்வலைகள் இருக்கின்றது. அந்த வார்த்தைக்களுக்கான எண்ணங்களுக்கான அதிர்வலைகளை நாம் கொடுக்கும் பொழுது மட்டும்தான் அந்த அதிர்வலைகள் ஆழ்மனதுடன் கலக்கின்றது. ஆழ்மனதில் எந்த ஒரு அதிர்வலைகள் கலந்தாலும் அது பிரபஞ்சத்தோடு இணைந்து அதுவே நிஜ வாழ்விலும பிரதிபலிக்கும். ஆனால் நீங்கள் நினைப்பது வேடிக்கையானது; ஒரு பெரிய அளவில் அதிர்வலைகளை கொடுப்பதல்ல.

ஆகவே நீங்கள் மனதில் நினைக்கும் அனைத்தும் யதார்த்த உலகில் நடந்து விடும் என்று அச்சம் கொள்ள வேண்டிய அவசியம் இல்லை. நீங்கள் எந்த ஒரு எண்ணத்திற்க்கு திரும்பத் திரும்ப அதிர்வலைகளை கொடுக்கிறீர்களோ, அதுவே உங்களது வாழ்விலுல் நடந்தேறும். உதாரணமாக,

வாகனத்தில் சென்று கொண்டிருக்கும் நீங்கள், ஓரிடத்தில் எனது வாகனம் விபத்துக் கொள்ளாகும், நான் இறந்துவிடுவேனு என்று சொல்லி திரும்பத்திரும்ப யோசிக்கிறீர்கள் என்று வைத்துக் கொள்வோம். அந்த யோசனைக்கு நீங்கள் தெரிந்தோ தெரியாமலோ அதிர்வலையை கொடுத்து அதனை மெருகேற்றிக் கொண்டிருக்கிறீர்கள். அந்த மெருகேற்றப் பட்ட அச்சத்தின் அதிர்வலைகள் ஆழ்மனதில் பெருந் தாக்கத்தை உருவாக்குவதில்லை. ஏனெனில் அச்ச உணர்விற்கு ஆழ்மனதினை பாதிக்கும் அதிர்வலைகளை சிறிய அளவிலேயே கொடுக்க இயலும்.

நீங்கள் சாதாரணமாக எண்ணக்கூடிய எல்லா எண்ணங்களுக்கும் அதிர்வலைகளை கொடுக்கப்படு வதில்லை; கொடுப்பதுமில்லை. போகும் போக்கில் வெறுமனே நினைத்துக் கொண்டே இருக்கிறீர்கள். ஆனால் நான் இறந்தால் எப்படி இருக்கும்? நான் இறந்தால் இந்த உலகம் எப்படி இருக்கும்? நான் இறந்துபோய் விட்டால் யாரெல்லாம் அழுவார்கள் ?

— இவ்வாறான பரிதாபப்பட கூடிய சோகமான எண்ணங்கள், உங்களது ஆழ்மனதில் மிகப்பெரும் தாக்கத்தினை ஏற்படுத்துகின்றது. இவ்வாறு உருவாகும் அந்த தாக்க நிலையில் ஒரு அதிர்வலை உருவாகின்றது. இதை நீங்கள் ஒரு தடவை மட்டுமே செய்வதில்லை. திரும்பத்திரும்ப ஓரே விஷயத்தை உங்கள்

ஆழ்மனதில் பதிய வைத்தால் மட்டும் தான் அது நடந்தேறத் தொடங்கும். இவற்றை தவிர, நாம் கொடுக்கும் எல்லா வெறுமனான எண்ணங்களுக்கும் அதிர்வலைகள் பிறப்பது கிடையாது.

நினைவில் கொள்ளுங்கள் உங்களுடைய ஆழ்மனதிடம் நீங்கள் திரும்பத்திரும்ப ஒரு அதிர்வலையை கொடுத்தீர்கள் என்றால் மட்டும் தான் அது நிஜ வாழ்க்கையில் நடக்கும். அதாவது நேர்மறையான அதிர்வலைகள் ஆக இருந்தாலும் சரி, எதிர்மறையான அதிர்வலைகள் ஆக இருந்தாலும் சரி, உங்கள் ஆழ் மனதிற்கு நீங்கள் திரும்பத் திரும்பக் கொடுக்கும் அதிர்வலைகள் மட்டும் தான் உங்களது நிஜ வாழ்க்கையில் நடந்தேறும். எனவே உங்களது இலக்கு எது என்பதை முதலில் முடிவு செய்யுங்கள். பின் அந்த இலக்கை நோக்கி அதற்கு தேவையான அதிர்வலைகளை முடிவு செய்யுங்கள். அந்த அதிர்வலைகளை வெளிப்படுத்த ஆரம்பியுங்கள்; அதுவே உங்களின் ஆழ்மனதில் பதியத் தொடங்கும்.

உதாரணத்திற்கு ஷேக்ஸ்பியரின் மெக்பெத் நாடகத்தினை எடுத்துக் கொள்வோம். மெக்பெத், குறுக்குவழியில் நாட்டை ஆளும் பொறுப்பிற்கு வந்து சேர்கிறான். மன்னான அடுத்த கணமே, அரசாங்கத்திற்கு எதிராக செயல்பட்ட யாவரையும் தீர்த்துக் கட்டி விடுகிறான். குறிப்பாக, அவனுடைய உயிர் நண்பனையும், அவனது ஒட்டுமொத்த

குடும்பத்தையுமே தீர்த்து கட்டி விடுகிறான். ஆனால், நாளடைவில் அவனின் ஆழ்மனிதில் குற்றவுணர்வு வந்து சேர்கின்றது. அவனுடைய நண்பன் ஆவியாக வந்து அவனை பலிவாங்கத் துடிப்பதாகவும், தான் செய்த பாவங்களுக்கெல்லாம் பிராயட்சித்தம் எதுவுமில்லை எனவும், தன் ஆழ்மனதிலுள்ளே ஆழமான எண்ணங்களை விதைத்துக் கொண்டே போகிறான். நாளடைவில் அவன் மனநோயாளியாக மாறி பைத்தியம் பிடித்தாற் போலவும் மாறிப்போகிறான். மேலும், அவன் எதைக் கண்டு அச்சப்பட்டானோ, எந்த எதிர் காலத்தை குறித்து சந்தேகப்பட்டானோ அதுவே நிஜத்திலும் நடந்தேறியது.

அதாவது, நண்பனின் குடும்பத்தில் தப்பி பிளைத்த அவனது பிள்ளை, வளர்ந்து பெரியவனாகி, தன் தந்தையின் இறப்பிற்கு காரணமான மெக்பெத்-ஐ பலிதீர்க்க வந்தான்.

மெக்பெத் செய்தது சரியா ? தவறா ? என்பதெல்லாம் பற்றி ஷேக்ஸ்பியர் குறிப்பிடுவதில்லை. மாறாக மெக்பெத் ஏன் மனநோயாளியாக மாறிப்போனான். அவன் மனதில் ஆழமாக பதிந்த பாதித்த அந்த எண்ணம், எவ்வாறு உண்மையின் ரூபமாக மாறி அவனை பலி தீர்க்க உருவாகிவிட்டது ? என்பதைப் பற்றித் தான் ஷேக்ஸ்பியர் எடுத்துரைக்க விரும்புகின்றார். மெக்பெத் தன்னுடைய மனதில் ஆழமான எதிர்மறை எண்டங்களை உருவாக்கி கொள்கிறான்.

நாளுக்கு நாள் அதற்கு நீருற்றி ஒப்பேற்றவும் செய்கிறான்.

ஒருகட்டத்தில், **'அய்யகோ என் பாப கரங்களில் படிந்திருக்கும் இரத்தக் கறையினை, உலகில் உள்ள அத்துனை சமுத்திரங்களின் நீரைக் கொண்டு கழுவினாலும், சுத்தம் ஆகாது'** என்று சொல்லி புலம்புகிறான். அப்படியானால், எந்தளவிற்கு எதிர்மறை எண்ணங்களை வளர்த்து கொண்டிருப்பான் ?! என்பதை நீங்களே யூகித்துக் கொள்ளுங்கள்.

8 - ஈர்ப்பு விதியின் சில நிபந்தனைகள்

உங்கள் மனம் எதை தேடி கொண்டு இருக்கிறதோ அதுவே உங்கள் மனதை நோக்கி வந்து கொண்டிருக்கிறது; உங்கள் மனதிற்கு உண்மையிலேயே எது விருப்பம் என்பதை கண்டுபிடியுங்கள். நீங்கள் உங்களது மன விருப்பத்தை கண்டுபிடிக்கும் போதுதான் உங்கள் மனம் தேடுவது எதுவோ அதனை உங்களை தேடி கொண்டுவரும். ஏனென்றால் உங்களது மனதிற்கு காந்த அலை வரிசை சக்தி இருக்கின்றது. நீங்கள் எதை தேடி கொண்டிருக்கிறீர்களோ அதை நீங்கள் மன அளவில் மனதை பயன்படுத்தி நேசியுங்கள். உங்களது தேடல் எதுவோ அதுவே உங்களது மனதை நோக்கி வந்துகொண்டிருக்கிறது; இதுவே உங்களது மன அலைகள் உடைய சக்தி.

∆ உங்கள் வாழ்வின் அழகான பக்கங்களை கணக்கெடுங்கள். உங்கள் வாழ்வில் உங்களுக்கு விபரம் தெரிந்த நாளில் இருந்து,

இந்நாள் வரையிலும் இருக்கக்கூடிய நீங்கள் எதிர்கொண்ட நல்ல சந்தர்ப்பங்களை நல்ல நினைவுகளை தினம்தோறும் கணக்கில் எடுக்க ஆரம்பியுங்கள். இன்றிலிருந்து உங்களது வாழ்நாளில் நடந்த நடந்து முடிந்த அழகான நினைவுகளை நீங்கள் கணக்கில் எடுக்கும் பொழுதுதான், உங்களது மனதில் பரவச நிலை உருவாகும். எனவே அந்த பரவசம் உங்களது ஆழ்மனதில் ஒரு அதிர்வலையை உருவாக்கி அந்த அதிர்வலைகள் மூலமாக நீங்கள் இனி வர போகும் காலங்களில் உங்களால் அனைத்தையும் ஈர்க்கும் சக்தியை பெற முடியும் நம்பிக்கையை உருவாக்குகின்றது.

எனவே, இதுநாள்வரை உங்களது கடந்த கால வாழ்க்கையில் உங்களை சிரிக்க வைத்த, உங்களை மகிழ்ச்சிப்படுத்திய சிறுசிறு ஆனந்தமான சந்தர்ப்பங்களை ஒரு முறை புரட்டிப் பாருங்கள். உங்களால் அவ்வாறு புரட்டிப் பார்க்க முடியுமேயானால் உங்களால் நிறைய நல்ல நினைவுகளை எதிர்காலத்தில் மீண்டும் மீண்டும் ஈர்க்க முடியும்.

∆ உங்கள் வாழ்வில் நீங்கள் எதற்கு முன்னுரிமை தருகிறார்களோ அதுவே உங்களது வாழ்க்கையில் நிரந்தரமாக மாறுகின்றது. எனவே நீங்கள் எத்தகைய நிகழ்வுகளுக்கு முக்கியத்துவம் கொடுக்கிறார்கள் என்பதுதான் இங்கு முக்கியம். ஆகையால், நீங்கள் உங்களது வாழ்வில் கொண்டாட்டங்களை அதிகப் படுத்தும் பொழுது அந்தக் கொண்டாட்டங்கள்

இரட்டிப்பாக பன்மடங்காக மாறுகின்றது. ஒருநாளின் இறுதியில் நீங்கள் கணக்கெடுக்க வேண்டியது ஒன்று, அந்த நாளின் நினைவுகளை திரும்பி பார்ப்பது தான்.

அதாவது, இன்று நடந்த நல்ல காரியங்களையும், இன்று உங்கள் மனம் எதற்காகவெல்லாம் கொண்டாட்டத்தில் ஈடுபட்டது என்றும், இன்றைய நாளில் நாம் சந்தித்த நல்ல உள்ளங்களைப் பற்றியும் கணக்கெடுக்க ஆரம்பியுங்கள். நீங்கள் கொண்டாட்ட மனநிலையோடு இருக்கும் பொழுதுதான் முழுக்க முழுக்க இந்தப் பிரபஞ்சம் தாராளமாக உங்களுக்கு கொண்டாட்டத்தை, கொடுக்க ஆரம்பிக்கும். உங்களுடைய இன்றைய எண்ணங்களும் உங்களுடைய இன்றைய அதிர்வலைகளும் தான் நாளைய உங்களின் எதிர்காலத்தை உருவாக்குன்கிறது. எனவே உங்கள் வாழ்வின் இன்றையப் பொழுதை நீங்கள் கொண்டாடுவதை மறந்துவிடாதீர்கள். கொண்டாட்டங்களே உங்களை உங்களது எதிர்காலத்தை அழகு படுத்துகின்றது.

∆ செல்வந்தர் ஆக வேண்டும் என்றால், உங்களுடைய மனம் தரமானதாக இருக்க வேண்டும். பிறருக்கு கொடுக்கும் நிலையில் உங்களது மனம் இருக்க வேண்டும். அவ்வாறு நீங்கள் கொடுக்கும் நிலையில் இருக்கும் பொழுது, ஒருவேளை நீங்கள் ஏழ்மையான வாழ்க்கையை வாழ்ந்து கொண்டிருந்தாலும் நீங்கள் கொடுக்கும் நிலையில்

இருந்தீர்களானால், உங்களை இப்பிரபஞ்சம் உயர்ந்த நிலைக்கு கொண்டு சென்று சேர்க்கும். ஏனெனில், உங்களது மனம் உங்களது தாராளமாக பகிர்ந்து கொள்ளும் மனப் பக்குவத்தை ஆழ்மனதில் உருவாக்குகின்றது. இந்த தாராளமான மனநிலைதான் ஏழ்மையில் இருந்து உங்களை வெளியில் எடுத்து வரும் சாவி என்பதை நினைவில் கொள்ளுங்கள்.

∆ மனித வாழ்க்கைக்குத் தேவையான அனைத்தையும் ஈர்க்க நீங்கள் நேசிக்கும் மனநிலையோடு இருக்க வேண்டியது அவசியம். நீங்கள் நேசிக்கும் மன நிலையிலிருந்து தவறினால் உங்களால் உங்களது அன்றாட வாழ்விற்கு தேவையானவற்றை ஒருபொழுதும் ஈர்க்க முடியாது. ஆக்ரோஷமான மனநிலையில் ஈர்ப்பு விதியை கையாள முயற்சி செய்யாதீர்கள். ஆக்ரோஷமான மனநிலையோடு உங்களால் எப்பொழுதும் எந்த ஒரு காரியத்திலும் வெற்றியைக் காண முடியாது. ஆக்ரோஷமான மனநிலையோடு நீங்கள் ஈர்ப்பு விதியை பயன்படுத்தினீர்கள் என்றால் உங்களுடைய பிரதிபலிப்பு, யாதார்த்தத்திலும் பின் தொடரும். ஆக்ரோஷமான மனநிலையோடு நீங்கள் ஈர்ப்புவிதி பயன்படுத்தும்பொழுது ஆக்ரோஷமான பிரதிபலிப்பையே உங்களால் பெற்றுக்கொள்ள முடியும்.

∆ நீங்கள் ஈர்ப்பு விதியை பயன்படுத்தும் பொழுது உங்களுடைய குறிக்கோள்

நிறைவேற போவதற்காக பிரபஞ்சம் உங்களை உற்சாகப் படுத்திக் கொண்டே இருக்கும். சில நேரங்களில் உங்களது மனதில் ஒரு தெம்பு நிலை கிடைக்கும் சில நேரங்களில் நீங்கள் தேடிக் கொண்டிருக்கும் ஒரு காரியத்திடம் இருந்து ஏதாவது ஒரு நேர்மறையான காரியங்கள் கைகூடி வர ஆரம்பிக்கும். அதிலிருந்து நீங்கள் சரியானதை புரிந்து கொள்ளலாம். அதாவது, எந்த ஒரு குறிக்கோளுக்காக ஈர்ப்பு விதியைப் பயன்படுத்திக் கொண்டு இருக்கிறீர்களோ அந்த குறிக்கோள் மிக விரைவில் உங்களை வந்து சேரப்போகிறது என்று.

∆ நீங்கள் தவறான நோக்கத்திற்காக ஈர்ப்பு விதியை கையாளுகிறீர்கள் என்றால், நிச்சயமாக உங்களுடைய தவறான நோக்கத்திற்கான பிரதிபலிப்பே உங்களுக்கு விடையாக கிடைக்கும். பூஜியத்தையே நீங்கள் பெறுகிறீர்கள் ஏனென்றால் உங்களுடைய நோக்கம் தவறானது என்று உங்களது உள்ளுணர்வுக்கு மிக நன்றாகவே அறிந்திருக்கும். அப்போது உங்களுடைய உணர்வானது உள்ளிருந்து ஒரு குரல் எழுப்பிக் கொண்டே இருக்கும். நீ செய்வதை நடக்காது உன்னால் இதை ஈர்க்க முடியாது நீ தோற்றுப் போவாய். நீ பூஜித்தால் தான் இருக்கப் போகிறாய் — என்பது போன்ற உங்களது உள்ளுணர்வு உங்களுக்கு தெரியப்படுத்திக் கொண்டே இருக்கும். அதை மீறியும் உங்களுக்கு உங்களின் தேவைகளுக்காக ஈர்ப்பு விதியை நீங்கள் பயன்படுதேதி

முயற்சித்தால் எதிர்மறையான விளைவுகளையே சந்திக்க நேரிடும். கெட்ட காரியத்திற்காக ஈர்ப்பு விதியை பயன்படுத்துகிறீர்கள் என்றால், அதேவை உங்களின் எதார்த்திலும் பிரதிபலிப்பை உண்டாக்கி பூஜ்ஜியத்தில் கொண்டு சேர்த்துவிடும்.

∆ தினம்தோறும் இந்த வார்த்தைகளை திரும்பத் திரும்ப உங்களது மனதில் ஒரு பிரார்த்தனை போல உச்சரிக்க ஆரம்பியுங்கள்.

'நான் மன அளவில் உடல் அளவில் மிக ஆரோக்கியமாக இருக்கிறேன்
எனது வாழ்வு மிக அழகாக இருக்கிறது !

நான் தூய்மையான மனநிலையோடு இருக்கிறேன் !
எனது மனம் ஆனந்தமாக இருக்கிறது எனது வாழ்வு அர்த்தமா அர்த்தமுள்ளதாக இருக்கிறது !

— இதுபோன்ற நேர்மறையான வார்த்தைகளை மீண்டும் மீண்டும் நீங்கள் உங்கள் மனதிற்க்குள்ளேயோ அல்லது வாய்விட்டு உச்சரித்து வரும்பொழுதோ, உங்கள் வார்த்தைகளுக்கென்று ஒரு தனிப்பட்ட அதிர்வலைகளை உருவாக்குகிறீர்கள். அந்த வார்த்தைகளுக்கு அபரிவிதமான சக்தியும் உண்டு. அந்த வார்த்தைகளே உங்களது எதிர்காலத்தையும் உருவாக்குகின்றது.

∆ உங்களது ஆழ்மனம் எப்பொழுதும் உங்களது கட்டளைகளை ஏற்று நடந்து கொள்ளும் தன்மை வாய்ந்தது. நீங்கள் உங்களது ஆழ்மனதிற்கு கட்டளை இட்டாலும் சரி, அல்லது உங்களது ஆழ்மனதிடம் பணிவுடன் கேட்டுக் கொண்டாலும் சரி, அல்லது உங்கள் ஆழ்மனதிடம் நீங்கள் அன்போடு பேசினாலும் சரி, உங்கள் ஆழ் மனதிடமிருந்து உங்களுக்கு தேவையானவற்றை கேட்டு பெற முடியும். உதாரணமாக, திருமூலர் இறைவனை திட்டம் தீர்ப்பார். சில நேரங்களில் கொண்டாடவும் செய்வார். சில நேரங்களில் கடுஞ் சொற்களுடன், இறைவனுக்கே கட்டளைகளையும் பிரப்பிப்பார். ஏனெனில் இறைமையை திருமூலர், அவரது நெருங்கிய நண்பனைப் போல பாவித்தார். ஆகையால் ஆழ்மனதும் நமக்கு மிக நெருங்கிய நண்பனைப் போன்றது தான். அவனிடத்தில் எப்படி கேட்டாலும் கொடுப்பதற்கு தயங்கமாட்டான்.

∆ நிலத்தடி தண்ணீரால் நினைத்ததை அடையும், நினைத்ததை ஈர்க்கும் சக்தியை நீங்கள் பெற முடியும். அதிகாலை நேரத்தில் எழுந்து நிலத்தடி தண்ணீரை பயன்படுத்தி உங்களது முகத்தை கழுவும் பொழுது (அல்லது) தண்ணீரை குடிக்கும் பொழுது (அல்லது) குளிக்கும் பொழுது உங்களின் எண்ணங்களை, தண்ணீருக்குள் கடத்திவிட முடியும். நாம் பயன்படுத்தும் தண்ணீர் சுத்தமானதாக இருந்தாலும் அசுத்தமானதாக இருந்தாலும், தண்ணீரைப் பற்றிய ஆய்வை

ஒதுக்கி வைத்துவிட்டு, தண்ணீருக்கு மதிப்பளித்து அதனிடத்தில் எண்ணங்களை பகிர்ந்து கொள்ளுங்கள். தண்ணீர் உங்களுக்கு நேர்மறையான ஆற்றலையே வழங்குகின்றது.

தண்ணீரின் ஆழத்தில் நீங்கள் இருக்கும் போது மூச்சை உள்ளே இழுத்து மூச்சை வெளியே விடுங்கள். தண்ணீரோடு நீங்கள் இருக்கும் நேரங்களில் சுவாசத்தை கவனியுங்கள். மூச்சை வெளியே விடும்போது, நம்மிடம் இருக்கக்கூடிய தவறான பல எதிர்மறையான ஆற்றலை வெளியிடுகிறீகள் என்பது பொருள். மூச்சை உள்ளே இழுக்கும் போது நம்மிடம் புதுவிதமான நேர்மறையான ஆற்றலை உள்வாங்கிக் கொள்கிறோம் என்பதை நினைவில் கொள்ளுங்கள். தண்ணீர், நமது எண்ணங்களைப் புரிந்து கொண்டு, நமது தேவைகளை நிறைவேற்றி வைக்கும் வல்லமை வாய்ந்தது. நீங்கள் தண்ணீரோடு காலத்தை கழிக்கும் நேரங்களில் உங்களது மனம் கோரமானதாக இருந்தாலும் கூட அந்தக் கோரமான குணத்தை "ஆற்றலை"கூட சிறிது சிறிதாக ஆற்றுப்படுத்திவிடும் வல்லமை கொண்டது. தண்ணீரோடு நேரத்தை செலவிடும் போது கற்பனை செய்யுங்கள். அந்தக் கற்பனைக்கு உணர்வை கொடுங்கள் அந்த உணர்வு உங்களது வாழ்க்கையை அழகுபடுத்திக் கொடுக்கும்.

∆ நீங்கள் கற்பனையினால் காட்சிப்படுத்துதல் செய்யும் பொழுது அந்த காட்சிகளுக்கு ஒரு அதிர்வலைகளை நீங்கள் உங்களது

மனரீதியாக கொடுக்கிறீர்கள். ஆகவே மன ரீதியாக கொடுக்கப்படும் அந்த அதிர்வலைகள் இந்த பிரபஞ்சத்தோடு இணைந்து உங்களது கற்பனைக்கு இணையான ஒரு காரியத்தை ஈர்த்துக் கொடுக்கும். உங்கள் வாழ்வில் ஏற்கனவே நடந்து முடிந்த கசப்பான சில நிகழ்வுகளை ஒருபொழுதும் திரும்பி பார்க்க வேண்டாம். அப்படி நீங்கள் திரும்பிப் பார்ப்பீர்களஎயானால் எந்த விதமான உணர்வுகளையும், அதாவது எந்த விதமான அதிர்வலைகளையும் நீங்கள் வெளிப்படுத்தாமல் வெறுமனே அந்த நிகழ்வுகளை மட்டுமே பாருங்கள்.

எந்த உணர்வுகளையும் அதிர்வெண்களையும் கொடுத்து உங்களது கடந்தகால வாழ்க்கையின் கசப்பான தருணங்களை திரும்பிப் பார்க்க வேண்டாம். ஏனென்றால் உங்களது கடந்த கால வாழ்க்கையில் நடந்த கசப்பான நினைவுகளை நீங்கள் தினம் தினம் நினைக்கும் பொழுது, அதன் உறுப்பொருட்களான அச்சம் அழுகை சோகம் என்ற அதிர்வலைகளை நீங்கள் வெளிப்படுத்துகிறீர்கள். இவ்வாறு நீங்கள் தவறான சில எண்ணங்களை நினைத்துக் கொண்டு கவலையுடனிருந்தால், அதனை நீங்கள் மேலும் மேலும் உங்களது எதிர்கால வாழ்க்கையோடு இணைக்க முயற்சி செய்கிறீர்கள் என்று அர்த்தமாகிவிடும். கடந்த கால சம்பவங்களை எண்ணி இனி வரப்போகும் எதிர்காலத்தினை இருள் நிறைந்ததாக மாற்றிவிட வேண்டாம்.

9 - ஈர்ப்பு விதியும் சில பிரார்த்தனை முறைகளும்

ஈர்ப்பு விதியினை தன்வசப்படுத்து வதற்காக எட்டுவகையான பிரார்த்தனை நுட்பங்களை இந்த அத்தியாயத்தில் கற்றுக் கொள்ளுங்கள். இந்த எட்டு நுட்பங்களில் ஏதாவது ஒன்றினை தொடர்ந்து பின்பற்றினாலே போதுமானது தான்; உங்கள் வாழ்வின் எல்லா வெற்றிகளையும் உங்களின் அருகாமையில் ஈர்த்துவிட முடியும்.

1) 55 × 5 பிரார்த்தனை முறை

இந்த நுட்பமானது மிகவும் பலன்தரக்கூடிய, மிகுந்த சக்தி வாய்ந்த பிரார்த்தனை முறை ஆகும். உங்கள் விருப்பத்தை உள்ளடக்கிய உறுதிமொழியைத் தேர்ந்தெடுத்து, 55 × 5 என்ற விகித்த்தில் தினசரி பிராத்தனை செய்வீர்களானால், நீங்கள் கேட்பது நிச்சயமாக கிடைக்கும். அதாவது, உங்களுக்கு

எது தேவையோ அல்லது எதைக்குறித்து விருப்பம் கொள்கிறீர்களோ, அதனை நிகழ்காலத்தில் சுருக்கமாகவும் எளிமையாகவும் மாற்றிக் கொள்ளுங்கள். கூடவே நிகழ்காலத்தில் நடந்தேறிவிட்டதாகவும் கற்பனை எண்ணிக் கொள்ளுங்கள். (உ-தா) உங்களுக்கு ஒரு கார் வேண்டுமென விருப்பப்படுகிறீர்கள் என வைத்துக் கொள்வோம். நீங்கள் அதனை 'என்னுடைய கார் எனக்கு மிகவும் பொருத்தமாக இருக்கின்றது' என வாக்கியம் அமைத்துக் கொள்ளுங்கள். இந்த வாசகத்தினை எப்பொழுதும் மறந்துவிட வேண்டாம். ஒரு காகித்த்தில் எழுதிவைத்துக் கொண்டாலும் நல்லது தான். இந்த வாக்கியத்தினை முறையாக 5 நாட்களுக்கு 55 முறை உங்கள் மனதில் சொல்லிக் கொண்டே இருங்கள். (அ) இந்த உறுதிமொழியை ஸ்ரீராமஜெயம் எழுதுவதைப்போல 55 தடவைகள், ஒரு காகித்த்தில் எழுதுங்கள். சரியாக 5 நாட்களுக்கு இதனை தொடர்ந்து செய்து வர, நாம் கேட்டத்து விருப்பம் கொண்டது எதுவோ, அது தானாகவே நமக்கு பிரஞ்சத்தினால் வழங்கப்படும்.

2) 333 பிரார்த்தனை முறை

மற்றொரு சக்திவாய்ந்த பிரார்த்தனை நுட்பம் தான் இந்த 333 பிராத்தனை முறை. 55×5 என்ற அதே பிரார்த்தனை முறையைப் போன்றது தான் இந்த செயல்முறையும். ஆனால் குறுகிய மற்றும் எளிதானது. தினசரி எத்தனை

நாட்களுக்கு எத்தனை முறைகள் திரும்பத் திரும்ப உங்களின் உறுதிமொழியை கூறவேண்டும் எனபதைப் பொறுத்தே இரண்டிற்குமான வேறுபாடு அமையும். அதாவது, இந்த செயல்முறையில் நீங்கள் தேர்ந்தெடுத்த உறுதிமொழியை 3 நாட்களுக்கு 333 முறை சொல்லவேண்டும் (அ) எழுத வேண்டும். 55 × 5 முறையை காட்டிலும், இது மிகவும் சக்தி வாய்ந்த குறுகிய காலத்தில் உடனே பலனளிக்கும் முறை ஆகும்.

3) 777 பிரார்த்தனை முறை

55×5 முறை மற்றும் 333 முறையைப் போலவே தான் இந்த முறையும். ஆனால், சற்றே வித்தியாசமான பிரார்த்தனை முறை. நீங்கள் தேர்ந்தெடுத்த உறுதிமொழியை, காலை 7 முறையும் மாலையில் 7 முறையும், தொடர்ந்து 7 நாட்களுக்கு மீண்டும் சொல்ல வேண்டும் (அ) எழுத வேண்டும். (உ-தா) ஒரு புதிய கைப்பேசி உங்களுக்கு வேண்டுமெனில், 'என்னுடைய புது கைப்பேசி எனக்கு மிகவும் பொருத்தமாக இருக்கின்றது' என்ற உறுதிமொழியை, 7 நாட்களுக்கு காலையில் 7 தடவையும், மாலையில் 7 தடவையும் சொல்ல வேண்டும்.

இந்த பிரார்த்தனை முறையின் கால அளவு, மூத்த பிரார்த்தனை முறைகளைவிட நீண்டதாக இருந்தாலும், மீண்டும் மீண்டும் சொல்லும் உறுதிமொழியின் எண்ணிக்கை குறைவாக இருப்பதால், இந்த பிரார்த்தனை முறை மிக எளிமையானதாக இருக்கும்.

4) 369 பிரார்த்தனை முறை

3,6 மற்றும் 9 ஆகிய எண்களின் தெய்வீக தன்மையை குறித்து பிரபல அறிவியல் கண்டுபிடிப்பாளர் நிக்கோலா டெஸ்லா அவர்கள் நம்பினார், என்று நீங்கள் அறிந்திருக்கலாம். இதன் அடிப்படையைப் பயன்படுத்தித் தான் பிரபலமான வீடியோ பகிர்வு தளமான TikTok இல் பல்வேறு பயனாளர்கள் பிரபலமாடைந்திருக்கிறார்கள், என்று சமீபத்திய ஆய்வொன்று கூறுகின்றது.

இந்த 369 பிரார்த்தனை முறையினை மூன்று வழிகளில் பயன்படுத்த முடியும். முதலாவதாக, நீங்கள் தேர்ந்தெடுத்த உறுதிமொழியை காலையில் 3 முறை, மதியம் 6 முறை, இரவில் 9 முறை சொல்லுங்கள் (அ) எழுதுங்கள். இரண்டாவது, 3 உறுதிமொழிகளைத் தேர்ந்தெடுத்து, அவற்றை ஒரு நாளைக்கு 6 முறை திரும்பத் திரும்பச் சொல்லி, 9 வினாடிகுக்கு உங்கள் விருப்பங்களின் மீது முழு கவனம் செலுத்துவதை பழக்கமாக்கிக் கொள்வது. அதாவது, மூன்று தேவைகளை உறுதி மொழிகளை, ஒரே நேரத்தில் பிரயோகப்படுத்மும் முறை இது.

இறுதியான மூன்றாவது வழி, உங்கள் தேவையை 3 முறை எழுதவும், உங்கள் நோக்கத்தை 6 முறை எழுதவும், உங்கள் இலக்கை 9 முறை எழுதவும். இந்த நுட்பம்

சிறிது வேறுபடலாம். ஆனால் இந்த முறையின் மூலமாக பிரபஞ்சத்தின் மீது ஆழ்ந்த தாக்கத்தினை ஏற்படுத்த முடியும். (உ-தா) உங்களுக்கு டூவீலர் வேண்டுமெனில், அது எதற்கான தேவைக்காக பயன்படப்போகின்றது ?! என்பதை மூன்றுமுறை எழுதுங்கள் (அ) சொல்லுங்கள். அந்த டூவீலர் எந்த நோக்கத்திற்காக (Purpose) உங்களுக்கு வேண்டும், என்பதை 6 முறை எழுதுங்கள் (அ) சொல்லுங்கள். இறுதியாக, 'என்னுடைய டூவீலர் எனக்கு மிகவும் பொருத்தமாக உள்ளது' என்ற உறுதிமொழியை 9 முறை சொல்லுங்கள் (அ) எழுதுங்கள்.

5) தலையணை பிரார்த்தனை முறை

மிகவும் சக்திவாய்ந்த அதே சமயம் பின்பற்ற எளிதான பிரார்த்தனை முறை தான் இந்த தலையணை முறை ஆகும். தேர்ந்தெடுக்கப்பட்ட உறுதிமொழியை ஒரு காகிதத்தில் எழுதி இரவில் தலையணைக்கு அடியில் வைத்துப் படுக்க வேண்டும். இது மிகவும் எளிமையானதாகத் தோன்றலாம், இந்த செயல்முறைதான் இருப்பதிலேயே மிகவும் சக்தி வாய்ந்ததாக கருதப்படுகிறது. காரணம், நீங்கள் தூங்குவதற்கு முன்பும், எழுந்த பின்பும் சில நிமிடங்களுக்கு நம்பமுடியாத அளவிற்கு உங்களுக்குள் ஒருவித சக்தி புகுந்துவிட்டதை கண்கூடாக உணர முடியும். சராசரியான ஒருநாளின் இறுதி நடவடிக்கையாக தூக்கம் நமதுஒள ஆந்மனதின் திறவு கோளாக உள்ளது. நாம்

எதை நினைத்து கொண்டு படுக்கைக்கு செல்கின்றோமோ அதுவே, தூக்கக் கனவாகவும் வரும். ஆகையால் தூங்குவதற்கு முன்பு நம்முடைய உறுதிமொழியை எழுதி தலையணைக்கு இடையில் வைத்துவிட்டு படுத்தால், நம் சிந்தனை முழுக்கவே தலையணைக்கு அடியிலேயே இருக்கும். தலையணைக்கு அடியில் இருக்கும் காகித்த்தில் எழுதப்பட்டிருக்கும் உறுதிமொழியின் மீதே முழு கவனுமும் இருக்கும்.

6) உணர்வு வளையப் பயிற்சி

ஈர்ப்பு விதியின் உறுதியான மற்றும் அறிவார்ந்த ஆழ்நிலை பிரார்த்தன்ன முறையான இது, அதீத உணர்ச்சிகளை அளவீடாகக் கொண்டு வேலை செய்கின்றது. அதாவது நேர்மறை உணர்ச்சிகளான மகிழ்ச்சி, பாராட்டு, சுதந்திரம், அன்பு ஆகியவையும் எதிர்மறை உணர்ச்சிகளான பயம், துக்கம், விரக்தி, வன்மம் போன்ற உணர்ச்சிகளையும் உள்ளடக்கியது. அதாவது, உங்களின் ஆழ்மனதில் எந்த உணர்ச்சிக்கு அதிக முக்கியத்துவம் கொடுக்கின்றீர்களோ, அந்த உணர்ச்சிக்கு தகுந்தாற்போல சூழல் மாறிவிடுகின்றது. உதாரணமாக உங்கள் அதிர்வெண்கள் நேர்மறையாக இருந்தால் தினசரி பத்து நிமிடங்களுக்கு அதைப்பற்றிய சிந்தனையில் நேரத்தை செலவிட்டால், உங்களுக்கு நேர்மறையான சம்பவங்கள் நடந்தேறும். உங்கள் எண்ணங்கள்,

உணர்வுகள், நடத்தை மற்றும் செயல்களில் முக்கியப. பங்குவகிப்பது உங்களுடைய ஆழ்மனம் மட்டுந்தான். ஆக, உங்கள் ஆழ் மனதில் அதீத உணர்ச்சிகளை விதைப்பீர் களானால் எதிர்காலத்தின் சூழலை அதற்கு தகுந்தாற் போல மாற்றியமைக்க இயலும்.

7) காட்சிபடுத்துதல் முறை

காட்சிப்படுத்தல் முறையில், நீங்கள் எதுவாக வேண்டுமென்று எண்ணுகி றீர்களோ, அதுவாக மாறியதைப் போல கற்பனை செய்து பார்ப்பது தான். ஒருவேளை உங்களால் உங்களின் எதிர்காலத்தை காட்சிப்படுத்த முடியவில்லையானால், பிரார்த்தனை பெட்டியொன்றை தயார் செய்யலாம். அதாவது, பிரார்த்தனை பெட்டி என்பது ஒரு பெட்டில் உங்கள் விருப்பத்துடன் தொடர்புடைய அனைத்தையும் நீங்கள் வைக்கலாம். சில புகைபடங்கள், உறுதிமொழிகள், மேற்கோள்கள், வீடியோக்கள், கடிதங்கள் அல்லது உங்கள் இலக்குடன் இணைக்கப்பட்ட எந்த சென்டிமென்டலான பொருளாக இருந்தாலும் சரி. (உ-தா) நீங்கள் மருத்துவராக வேண்டுமென்று விருப்பப் படுகிறீர்கள் என்றால், அந்த துறை சம்பந்தப்பட்ட ஸ்டெதஸ்கோப், வெள்ளை கோட் போன்றவற்றை வைக்கலாம். இந்த பிரார்த்தனை பெட்டியை அடிக்கடி திறந்து பார்த்துக் கொண்டு, உங்களின் எதிர்கால விருப்பத்தை காட்சிப் படுத்தல் செய்யுங்கள்.

கூடிய விரைவில் இப்பிரபஞ்சம் உங்களின் காட்சிப் படுத்துதலை நிறைவேற்றும்.

8) மூலிகை முறை பிரார்த்தனை

சில மூலிகைகளைப் பயன்படுத்தி செயற்கையாக நம் பிரார்த்தனைகளை பிரபஞ்சத்துடன் இணைக்க முடியும். லாவெண்டர், ரோஸ்மேரி மற்றும் பட்டை கிராம்பு போன்ற மூலிகைகளைக் கொண்டு, நம் உறுதிமொழிகளை கூறும் போது, நேரடியாக ஆழ்மனதினை அது கிளறிவிடத் துவங்கும். ஏனெனில் இந்த மூலிகைகள் ஒவ்வொன்றும் அதன் தனித்துவமான பண்புகளைக் கொண்டுள்ளன. அவை நீங்கள் விரும்புவதை ஈர்க்க உதவும். உதாரணமாக, லாவெண்டர் தளர்வு மற்றும் அமைதியை ஊக்குவிக்கும் திறனுக்காக அறியப்படுகிறது. செறிவு மற்றும் நினைவாற்றலை அதிகரிக்க ரோஸ்மேரி பெரும்பாலும் பயன்படுத்தப்படுகிறது. பட்டை கிராம்பு, சக்திவாய்ந்த சுத்திகரிப்பு மூலிகையாகக் கருதப்படுகிறது, இது எதிர்மறை ஆற்றலை அழிக்க உதவுகிறது.

ஆண்டாண்டு காலமாக மூலிகை களாகவும் வாசனை பொருட்களாகவும் உணவுப் பொருட்களாகவும் அறியப்பட்ட இந்த பொருட்கள் (லாவண்டர், கிராம்பு, ரோஸ்மெரி) நேர்மறை சிந்தனையின் பிரார்த்தனையில் வெற்றிக்கு மிகவும் இன்றியமையாதவை. பிரார்த்தனைநின் போது

வாசனைப் பொருட்களான ஊதுபத்தியை பயன்படுத்துவதன் நோக்கம் இதுதான். எதிர்மறை ஆற்றலை நீக்குதல் குணத்தினை இலவங்கப்பட்டை, மல்லிகை, பதுமராகம், வெண்ணிலா மற்றும் ரோஜா போன்றவற்றிற்கு உண்டு. பணம் மற்றும் செல்வத்தினை வழங்குவதற்கு, இலவங்கப்பட்டை, கிராம்பு மற்றும் வெட்டிவேர் போன்ற மூலிகைகள் பயன்படுகின்றன. அமைதி மற்றும் மன நிம்மதிக்காக, தாமரை, சந்தனம் மற்றும் கற்பூரம் போன்ற பொருட்கள் பயன்படுகின்றன.

10 - சந்திரனும் ஈர்ப்பு விதியும்

நிலவுக்கும் மனித மனதிற்கும் மிக நெருங்கி தொடர்பு உண்டு. மனபிரழ்வு நோய்க்கும் முழுநிலவிற்கும் மிக நெருங்கிய தொடர்புகள் உண்டு. சந்திர ஈர்ப்பு விசையினால், கடல் அலைகள் மட்டுமல்லாது, பெண்களும் பாதிப்புக்குள்ளவார்கள். பெண்களுக்கு ஏற்படும் மாதவிலக்கிற்கும், மழு பௌர்ணமிக்கும் மிகநெருங்கிய தொடர்புகள் உண்டு. சந்திர ஈர்ப்பு விசையின் சக்தி ஒருநபருக்கு எந்தளவிற்கு துணை நிற்கின்றதோ, அதே அளவுக்கு அவர் மன தைரியத்தையும், அறிவு வளர்ச்சியையும் பெற்ற வாழ்வார். பண்டைய இந்திய ஜோதிட முறைகளில் மிக முக்கிய பங்கு வகிப்பது, சந்திர ஈர்ப்பு விசை தான். சந்திரன் நேரடியாகவே ஆழ் மனதினை பாதிப்புக்குள்ளாக்க கூடியது. ஆகையால், மனிதனின் ஆழ்மனதோடு மிக நெருங்கி தொடர்பு கொண்டுள்ள நிலவினை ஈர்ப்பு

விதியைப் பயன்படுத்தி எவ்வாறு கவர்ந்திழுப்பது என்பது பற்றி, 11 நிலவு சடங்கு பிரார்த்தனை முறைகள் குறித்து காண உள்ளோம்.

இந்த பிரார்த்தனை முறைக்கு அமாவாசை மற்றும் பௌர்ணமி போன்ற காலகட்டங்கள் சரியான காலங்களாகக் கருதப்படுகின்றன. மேலும் தேய்பிறை காலங்களில் இந்த சடங்கினைச் செய்யும்போது, நம்முடைய ஆழ்மன ஆற்றலை இப்பிரபஞ்சம் உறிஞ்சுகொள்ளும் அபாயம் உள்ளது. சந்திரன் வளர்பிறையின் போது, அது வெளியிடும் ஆற்றல் சீராக உயர்ந்து பௌர்ணமியில் உச்சத்தை அடைகிறது. எனவே, நீங்கள் சந்திரனுடன் உங்களின் ஆழ்மனதினை இணைக்க விரும்பினால், சந்திரனின் வளர்ப்பிறை நாட்களில் உங்கள் பிரார்த்தனை பயணத்தைத் தொடங்குங்கள். உங்கள் பிரார்த்தனை சடங்கு, வளர்பிறையில் ஆரம்பித்து பௌர்ணமி நாள் வரையிலும் நீள வேண்டும். (அ) அமாவாசையில் தொடங்கி பௌர்ணமி வரையிலும் தொடர வேண்டும்.

எப்படியாயினும், உங்களின் பிரார்த்தனை வளர்பிறை நாட்களில் மட்டுமே இருத்தல் அவசியம். நிலவுடன் அதிக நேரத்தை செலவிடுவது உங்களை அமைதிப்படுத்த ஒரு விசித்திரமான வழியைக் கொண்டுள்ளது. கவலை, மன அழுத்தம் மற்றும் மனச்சோர்வு போன்ற உங்கள் எதிர்மறை உணர்ச்சிகள் மறைந்து உங்கள் மனதில் நம்பிக்கை மற்றும்

நேர்மறையான எண்ணங்கள் நிறைய வழிவகுக்கும். நிலவொளியில் அமர்ந்து கொண்டு கண்களை மூடி, மூச்சுப் பயிற்சி செய்யும்போது உங்கள் உடல், மனம் மற்றும் ஆன்மாவை குணப்படுத்தும் சக்தி பெறுகிறீர்கள். சந்திரனின் வளர்பிறை கட்டத்தில், நீங்கள் மனநிலை மாற்றங்களை அனுபவிக்கலாம். நிலவொளியில் வெற்றுக் கால்களுடன் நடக்கும்போது, இரத்த ஓட்டம் சீராக மாறுகின்றது.

நிலவொளியில் மூச்சுப் பயிற்சி

இது ஆழ்ந்த சுவாசம் உடல் மற்றும் மன எதிர்மறையிலிருந்து விடுபட உதவும். ஒரு முழு பௌர்ணமி அன்று மொட்டை மாடியில் (அ) வெட்டவெளியில் உயர்வான இடத்திலோ (அ) இயற்கை எழில் கொஞ்சும் காடுகளின் மத்தியலோ (அ) மலையின் உச்சியில் அமர்ந்து இந்த மூச்சு பயிற்சியை மேற்கொள்ளலாம். மூச்சு பயிற்சியின் போது, நீங்கள் உங்கள் மூச்சை உள்ளிழுக்கும் போதும் வெளிவிடும் போதும் உங்கள் மார்பு மற்றும் அடிவயிற்றின் எழுச்சி மற்றும் வீழ்ச்சியைக் கவனியுங்கள். அது ஒத்திசைக்கப்படவில்லை என்றால், உங்கள் வயிற்றில் உங்கள் கையை வைத்து, உங்கள் சுவாசத்தில் கவனம் செலுத்துங்கள். மனம் ஒருநிலையாக்கப்பட்ட 5 நிமிட காலவெளிக்கு பிறகு, உங்களுடைய பிரார்த்தனை உறுதிமொழியை 50 தடவைகள் உச்சரியுங்கள்.

நிலவொளி தியானம்

நீங்கள் வழக்கமான தியானம் செய்வது போன்றே, நிலவொளியில் அமர்ந்து செய்யும் போது, வழக்கத்தைவிட பன்மடங்கு சக்தியினையும் பலனையும் பெறுவீர்கள். இந்த நிலவொளி தியானத்தில், நீங்கள் ஆசன முறையிலெல்லாம் அமைத்து தேவையில்லை. வெறுமனேஒள உங்களுக்கு சவுகர்யமான இடத்தில் அமர்ந்து கொண்டு, முழு நிலவின் பிரகாசத்தை ரசிக்க வேண்டும். மிகவும் ஆழமாக ரசிக்க வேண்டும். எண்ணங்களை சந்திர பிரகாசத்தின் மீது குவயுங்கள். உங்களின் பிரார்த்தனை உறுதிமொழியை திரும்பத் திரும்ப சொல்லுங்கள்.

நிலவொளியில் காட்சிபடுத்துதல் பிரார்த்தனை

ஒரு காகித்த்தில் உங்கள் உறுதிமொழி பிரார்த்தனை குறித்து தெளிவாக எழுதி, சந்திரனின் முன்னிலையில் தீயிலிட்டு எரியுங்கள். தீப்பற்றி எரியும் அந்த காகித்த்துடன் சேர்த்து, உங்களின் பிரார்த்தனை உறுதி மொழியையும் சொல்லுங்கள். திரும்பத் திரும்ப சொல்லுங்கள்.

Δ நிலவொளி குளியல்

நிலவிற்கு உங்களின் நன்றியுணர்வை வெளிப்படுத்துங்கள். உங்களின் உயர்வான

வாழ்வை அடைய வேண்டுமானால், நிலவொளியில் தினசரி குளிப்பது நல்லது. நிலவினைப் பார்த்து உங்கள் கைகளை கூப்பி, நிலவிற்கு உங்களின் நன்றியுணர்வை வெளிப்படுத்துங்கள். **'மனதின் ஆற்றலாக விளங்கும் நிலவே, எம்முடைய எதிர்காலம் உம்மைப் போன்றே பிரகாசமும் வெளிச்சமும் நிறைந்ததாக இருத்தல் வேண்டும். என்னை உம்மின் பகுதியாக படைத்துவிட்டமைக்கு எமது மனமார்ந்த நன்றிகள்'** என நிலவிற்கு உங்களின் நன்றிக் கடனை செலுத்தினால், வாழ்நாள் முழுவதிலும் மகிழ்ச்சியுடனும் ஆனந்தமுடனும் வாழலாம்.

Δ நிலவொளி சாப்பாடு

நாம் நிலவொளியில் உட்கொள்ளும் உணவு நம் உடலையும் மனதையும் பாதிக்கிறது. இது நமது ஆரோக்கியம் மற்றும் நல்வாழ்வின் முக்கிய அம்சமாக அமைகிறது. இதற்கு பதப்படுத்தப்படாத உணவுகள் மற்றும் உள்நாட்டில் விளையும் பொருட்களை தேர்ந்தெடுங்கள். மாமிசம் மற்றும் ஆங்கில காய்கறிகளை எடுத்துக் கொள்ள வேண்டாம். பால் பொருட்களான பால், தயிர், நெய் சாதம் போன்றவற்றை நிலவொளியில் உண்ணலாம்.

Δ நிலவொளி உறக்கம்

நிலவொளியில் வானத்தின் கீழ் நடந்து செல்லுங்கள் அல்லது புல்வெளியில் அமர்ந்து அதன் மென்மையான பிரகாசத்தில் உலவும் போது, சந்திரனில் இருந்து நேர்மறை

ஆற்றலை உறிஞ்சுவதற்கு இது ஒரு எளிய முறை. அதே நேரத்தில், தன்னிலை மறந்து நிலவொளியில் படுத்திருக்கும் போது, ஆழ்மனம் நேரணியாக பிரஞ்சத்துடன் தொடர்பு கொள்கின்றது. தன்னிலை மறந்த தூக்கத்தில், உங்களின் புதிய வாழ்விற்கான பிரார்த்தனையை சொல்லுங்கள். தலையணைக்கடியில் உங்களின் உறுதிமொழியை எழுதி வைத்து படுக்கைக்குச் செல்லும்போது ஆழ்ந்த உறக்கத்திலெம் உங்களின் உறுதிமொழியை ஜபித்துக் கவண்டே இருப்பீர்கள்.

∆ பௌர்ணமியில் பிரார்த்தனை செய்வதற்கான சில உறுதி மொழிகள்;

'நான் தீங்கு விளைவிக்கும் பழக்கங்களை வெளியிடுகிறேன். விட்டு விலகுகிறேன்'

'நான் என் பயத்தையும் சுய சந்தேகத்தையும் விட்டுவிடுகிறேன்'

'நான் என் ஆசைக்கான இணைப்பை விடுவிக்கிறேன்'

'எனது வரம்புக்குட்பட்ட நம்பிக்கைகளை விட்டுவிட்டேன்'

'என்னுடையதல்லாததை நான் சரண டைகிறேன். உம்மிடத்தில் எம்மை ஒப்படைக்கிறேன்'

'நீயும் நானும் ஒரே பிரபஞ்சத்தின் இரு கூறுகள் தாம். என்னைப்பற்றி முழுமையும் உமக்குச் சொந்தம்'
'படைப்பின் மூலமே எம் இரத்தத்திலும், மூலத்திலும் கலந்து விடுங்கள்'

'இனி வரப் போவதில்லை. இனி வரப் போவதில்லை. என்றென்றும் எம் வாழ்வில் தேய்ப்பிறை வரப்போவதில்லை'

'மனமும் அறிவும் உமக்கே சொந்தம்; மனதீன் குரலாக நீயே இருக்கின்றாய். எனக்கு அச்சமும் பதற்றமும் இருப்பதில்லை'

வாசகர்களுக்கு எமது மனமார்ந்த நன்றிகள் !

www.ingramcontent.com/pod-product-compliance
Lightning Source LLC
LaVergne TN
LVHW021142160826
845679LV00023B/2016